விட்டில் – சமகால அரசியல் பகுப்பாய்வு

ச. இராகவன் (1976)

யாழ்ப்பாணத்தின் வடமராட்சிப் பகுதியிலுள்ள கரவெட்டி கிழக்கைப் பிறப்பிடமாகவும் வசிப்பிடமாகவும் கொண்டவர். 1998 காலப்பகுதியிலிருந்து எழுதிவரும் இவரது முதலாவது சிறுகதைத் தொகுப்பான ‘கலாவல்லி’ முதலான கதைகள் *புதுஎழுத்து* வெளியீடாக 2010 நவம்பர் மாதம் வெளிவந்தது. 2002 காலப்பகுதியில் ஸ்கிறிப்நெற் – சமாதானச்சுருள் *(Script Net Reel Peace)* வெளியீடாக ‘மூக்குப்பேணி’ *(Nose Cup)* என்ற குறும்படத்தை சுவடியாக்கம் செய்து இயக்கினார். 2005 காலப் பகுதியில் இலண்டன் விம்பம் அமைப்பின் சிறந்த திரைச் சுவடியாக்குநருக்கான விருதை ‘மூக்குப்பேணி’ குறும்படத்திற் காக பெற்றுள்ளார். 2002 காலப்பகுதியில் யாழ்ப்பாணப் பல்கலைக்கழகத்தில் தொழில் நிர்வாகமாணிப் பட்டத்தினைப் பெற்றுக்கொண்டதுடன் அக்காலப்பகுதியில் விபவி அமைப்பின் சிறந்த இளஞ்சிறுகதை எழுத்தாளருக்கான விருதினையும் பெற்றார். இவர் தற்போது பருத்தித்துறைப் பிரதேச செயலகத் தில் சமுர்த்தி வங்கி முகாமையாளராகக் கடமையாற்றி வருவதோடு சமுர்த்தி சக அபிவிருத்தி மன்ற வெளியீடான *சுபீட்சம்* என்ற செய்தி மடலின் ஆசிரியராகவுமுள்ளார். ‘விட்டில்’ இவரது இரண்டாவது சிறுகதைத் தொகுப்பு.

முகவரி : “ஈஸ்வரி வாசம்”
கரவெட்டி கிழக்கு
கரவெட்டி
யாழ்ப்பாணம்
இலங்கை.
தொலைபேசி : 0776034332

இராகவன்

விட்டில் – சமகால அரசியல் பகுப்பாய்வு

காலச்சுவடு பதிப்பகம்

விட்டில் – சமகால அரசியல் பகுப்பாய்வு • சிறுகதைகள் • ஆசிரியர் : இராகவன் • © இராகவன் • முதல் பதிப்பு : மே 2011 • வெளியீடு : காலச்சுவடு பப்ளிகேஷன்ஸ் (பி) லிட்., 669 கே. பி. சாலை, நாகர்கோவில் 629 001.

காலச்சுவடு பதிப்பக வெளியீடு: 391

viTil – camakAla aracial pakuppAyvu • Short Stories • Author : rAgavan • © Ragavan • Language : Tamil • First Edition : May 2011

Published by Kalachuvadu Publications Pvt.Ltd., 669 K.P. Road, Nagercoil 629 001, India • Phone : 91 - 4652 - 278525 • e-mail : publications@kalachuvadu.com

ISBN : 978-93-80240-45-9

05/2011/S.No. 391, kcp 679, 18.6 (1) 600

சிதைக்கப்பட்ட, சிதைக்கப்படுகின்ற,
சிதைக்கப்படவுள்ளவர்களுக்கு

நன்றி

புதுப்புனல் வழங்கும் பன்முகம்
காலச்சுவடு
சரிநிகர்
நிகரி
மூன்றாவது மனிதன்
பெருவெளி
அமுது
சௌந்தரசுகன்
காலம்
உயிர் நிழல்
உயிர் எழுத்து

பொருளடக்கம்

என்னுரை

இதுவரைக்கும்

எங்கிருந்து ஆரம்பிப்பது எனத் தெரியவில்லை. நான் ஒரு நட்சத்திர அந்தஸ்து பெற்றிராத கதைசொல்லி. அது எனது பாதுகாப்பை உறுதிப்படுத்தப் போதுமானதாக இருப்பதில் நிம்மதி அடைகின்றேன். இத்தொகுப்பிலுள்ள கதைகளுடன் பரிச்சயமில்லாதவர்களுக்கு அபத்தமாகத் தோன்றலாம். ஏன் சிலவேளைகளில் ஈழத்துச் சூழலில் வாழ்ந்துகொண்டிருப்பவர்களுக்கும்கூட அபத்தமாகத் தோன்றலாம். 'சார்க்கோவின் சிந்தனை' எனதாருயிர் நண்பன் பா. துவாரகனின் தீவிர முயற்சியால் *சரிநிகரில்* பிரசுரமாயிற்று. சிவகுமார் அண்ணாவும் இதைத் துணிந்து பிரசுரித்தார். இவ்வாறான ஒரு கதையை எழுதியதற்காக ரஞ்சண்ணா (ரஞ்சகுமார்) தனது வாழ்த்தினைத் தெரிவித் தார். சிங்களத் திரைப்பட மற்றும் நாடக நெறியாளரான தர்மசிறி பண்டார நாயக்க, சிவகுமார் அண்ணாவைச் சந்தித்தபோது தற்செயலாகச் *சரிநிகர்* இதழிலிருந்த 'சார்க்கோவின் சிந்தனை'யைப் பார்த்து என்ன இது? எனக் கேட்டதாகவும் இது ஒரு சிறுகதையெனக் கூறிய போது ஆச்சர்யமுற்று எஸ்.வி. இராஜதுரை மூலமாக மொழிபெயர்த்து வாசிக்க விரும்புவதாகக் கூறியதோடு சிங்கள மொழியில் ஏன் இத்தகைய தற்புதுமையான முயற்சிகள் மேற்கொள்ளப்படுவதில்லை என தர்மசிறி கேள்வி எழுப்பியதாகவும் சிவகுமார் அண்ணா தொலை பேசியில் உரையாடியபோது என்னிடம் கூறினார். சிங்களத் தில் ஒருபோதும் இவ்வகை முயற்சிகள் மேற்கொள்ளப் படமாட்டாது என்பது எனது தாழ்மையான கருத்தாகும்.

எப்போதுமே ஒடுக்கப்படும் இனம்தான் தற்புதுமையாகச் சிந்திக்க முடியும் என்பது பொதுநியதி. கதையோடு கதையாக இன்னொன்றையும் சொல்லிவிட விரும்புகின்றேன். ஈழத்திலும் தமிழ்நாட்டிலும் நட்சத்திர அந்தஸ்து பெற்ற ஒரு மூத்த படைப் பாளி (இப்போது நவீன இலக்கியத்தின் கணக்காய்வாளராகவும் தன்னைத்தானே நியமித்துக்கொண்டுள்ளவர்) ரஞ்சண்ணா விடம் 'சார்க்கோவின் சிந்தனை'யை ஒரு கட்டுரையாக எழுதி யிருக்கலாமே, அதையேன் கதையென்ற பெயரில் அபத்தமாக முன்வைக்க வேண்டும்? எனக் கேட்டாராம். அவர் நவீன இலக்கியக் கணக்காய்வாளரல்லவா? அப்படித்தான் கேட்பார். அப்பிரதியை எழுதியவன் என்ற வகையில் நான் பதிலளிக்க வேண்டிய தருணம் இது. ஓரளவுக்கு எழுத்தில் தேர்ச்சியுள்ள வன் என்ற தகுதியினடிப்படையிலும் எனது எழுத்தனுபவத்தி னடிப்படையிலும் சொல்கிறேன், ஒவ்வொரு கதைக்கும் தனித் தனியே ஒவ்வொரு வெளிப்பாட்டு வடிவம் இருக்கிறது. ஒரு கதைக்கான சரியான வெளிப்பாட்டு வடிவம் பொருந்திவரும் போதுதான் அக்கதை சிறப்பாக வெளிவரும். 'சார்க்கோவின் சிந்தனை'க்குரிய வெளிப்பாட்டு வடிவமென்பது பரீட்சை வினாத் தாள் மட்டும்தான். இதைத்தவிர வேறு வெளிப்பாட்டு வடிவம் அதற்குப் பொருந்தாது.

'நே – *1*' என்ற பிரதியும் இவ்விதமான பிரச்சினையை எதிர்நோக்கியது. "கோணங்கியை ஏன் நகலெடுத்தாய்?" என்ற கேள்வியை ஹரிஹரசர்மா எழுப்பினார். அண்மையில் காலமான எம்.ஐ.எம். றஊப் மட்டுமே 'நே – *1*' என்ற பிரதியின் இயங்கு திசையைச் சரியாக அடையாளங்கண்டு சமகால அரசியல் சூழலை இதைவிடச் சிறப்பாக வெளிப்படுத்த முடியாது என்று என்னுடனான தொலைபேசி உரையாடலில் குறிப்பிட்டார். கோணங்கியின் பிரதியில் இருந்து 'நே – *1*' எவ் விதம் வேறுபடுகின்றது என்பதையும் எடுத்துக்காட்ட வேண்டிய பொறுப்பு எனக்குண்டு. கோணங்கியின் பிரதிகள் குறிப்பான ஓர் இலக்கினை அடிப்படையாகக்கொண்டு இயங்குபவை. ஆனால் 'நே – *1*' என்ற பிரதிக்கு எவ்வித இலக்கும் கிடையாது. 'விட்டில் – ஒரு சமகால அரசியல் பகுப்பாய்வு'ம் இவ்வகை யானதுதான். ஆனால் 'நே – *1*' என்ற பிரதியைவிட 'விட்டில் – ஒரு சமகால அரசியல் பகுப்பாய்வு' வெளிப்படையானது. 'நடிகைக்கொரு கடிதம்', 'செண்பகங்களின் வருகை', 'நாய்கள் குரைக்கின்றன', 'நான் விழித்தெழுந்தபோது' எனும் இந்நான்கு கதைகளும் பலவீனமானவைதான் என்றாலும் சமரசம் செய்துகொள்ளும் மனநிலையில் நான் இல்லையென்பதால் இத்தொகுப்பில் முன்வைக்கின்றேன்.

'கோட்பாடுகளின் மரணம்' என்னால் *காலச்சுவடு* இதழுக்கு அனுப்பப்பட்டபோது அதைப் பிரசுரிக்கும் முடிவு குறித்து அரவிந்தன் அனுப்பிய கடிதம் இன்னமும் மடிப்புக் கலையாமல் என்னிடமுள்ளது. பின்நாளில் *காலச்சுவடு* ஈழத்துச் சிறப்பிதழில் இக்கதை வந்தபோது ஈழத்து முதற்தர பின்நவீனத்துவ எழுத்தாளர் ஒருவர், '*காலச்சுவடு* முன்னறிமுகமில்லாதவர் களின் சிறுகதைகளைப் பிரசுரித்து ஈழத்து இலக்கியத்தை அவமதித்துள்ளது. ஈழத்துச் சிறப்பிதழ் வெளியிடக் *காலச்சுவ டி*ற்கு என்ன உரிமையிருக்கிறது?' எனப் போர்க்கொடி தூக்கி னார். அதே எழுத்தாளர் சுந்தர ராமசாமி காலமானபோது தமது பிரதேசத்தில் அஞ்சலிக் கூட்டம் நடத்தி அதைக் குறிப்பெழுதிக் *காலச்சுவடி*ற்கு அனுப்பி அது பிரசுரமானதும் பூரித்துப் போனார். இதையெல்லாம் யாரோடு நோவோம்? யார்க்கெடுத்துரைப் போம்?

எனது பிரதிகள்மீது அக்கறைகாட்டி பிரசுரித்த *உயிர்நிழல்* – லக்ஷ்மியக்கா, *பன்முகம் மற்றும் புதுப்புனல்* எம்.ஜி. சுரேஷ், ரவிச்சந்திரன், நே–1 போன்ற பிரதிகளைத் துணிவுடன் பிரசுரித்த *மூன்றாவது மனிதன்* – எம்.பௌசர், மற்றும் *சரிநிகர்* சிவகுமார், விக்னேஸ்வரன், இப்புத்தகம் வெளிவரக் கால்கோளிட்ட நண்பன் அலறி, சிறப்பாக வெளிக்கொண்டு வந்த *காலச்சுவடு* கண்ணன், எப்போதும் என்னுடன் தொடர்பி லிருந்த ஷாலினி ஆகிய அனைத்து அன்புள்ளங்களிற்கும் எனது மனமார்ந்த நன்றியைப் பதிவுசெய்து விடைபெறுகின்றேன்.

கரவெட்டி, **இராகவன்**
15.05.2011.

தேவேந்திரனுடன் ஓர் உரையாடல்

புனைகதைகளை ஒழுங்கழிக்கும் தனி வெளியாக, 'நிதம்பநேர் வலக்கை பெருமாலும் துயிலா யாழி கொடுங் காவலின் எழுத்து' என 'அரும்ப தேர் கோலநீடு குளிர் முலை விழித்தபார்வை விளிர்பதோ தேவயாக்கை தனிப் பதம் வாரில் கூனோ?' என்ற கேள்வியுடன் ஓர் இலக்கியக் கோட்பாட்டுக் காலாண்டிதழாக 1989 காலப் பகுதியிலிருந்து தேவேந்திரன் 'யாளி'யை வெளியிடத் தொடங்கியதில் நவீன இலக்கிய உலகம் அதிர்வுக்குள்ளானது. இன்று வரை அநேக இலக்கிய விமர்சகர்களால் 'ஒரு மனநோயாளி வெளியிடும் இதழ்' என 'யாளி' எடுத்துக் காட்டப்பட்டு வருவது அவர்களுக்கு எழுந்துள்ள ஒருவித ஒவ்வாமையின் வெளிப்பாடுதான். 'யாளி'யை விட்டால் தேவேந்திரனுக்குப் பிரசுரக் களமேதுமிருக்காது. 'யாளி'யில் வெளியாகும் புனைகதைகள் அனைத்தையும் வெவ்வேறு பெயர்களில் தேவேந்திரனே எழுதிவருகிறார் என்றெல்லாம் கருத்துகள் நிலவிவருகின்றபோதிலும் 'யாளி' இளந்தலைமுறையினர் மத்தியில் மிகுந்த வரவேற்பைப் பெற்றிருப்பதுடன் 'யாளி' இதழ்களைத் தம்முடன் கொண்டு திரிதல் ஒரு கௌரவமான படிமத்தைத் தமக்கு உருவாக்கும் என்ற மனபாங்குடைய அநேக இளைஞரைக் காண முடிகிறது.

'அநேக பிரதிகளின் வழியே பாடுகளை அனுபவித்த என் இதிகாசத் தோழி அகலிகைக்கு ...' எனத் தேவேந்திரன் தனது முதலாவது புனைகதைத் தொகுப்பான 'வண்ணத்துப்பூச்சிகள் கொண்டு செல்லும் இதிகாச நகரத்தை' சமர்ப்பணம் செய்திருந்த தருணம்.' 'அங்கொடயில் உடனடியாக அனுமதிக்கப்பட வேண்டியவரின் புனை

கதைகள்' (அங்கொட – இலங்கையில் பிரபல மனநோயாளர் மருத்துவமனை அமைந்துள்ள இடம்) எனும் தலைப்பில் 'நிலக்கிளி' யில் (இதழ் – 36) கேலிக்குறிப்பொன்றினை நவீன இலக்கிய விமர்சகரான பூபாலசேகரம் எழுதியிருந்தார். இத்தகைய கேலிக் குறிப்புகளுக்கெல்லாம் மௌனம் சாதிப்பதே தேவேந்திரனின் எதிர்வினையாக இருந்து வருதலை அவதானிக்க முடிகிறது. இதனை 'புனைகதையுலகில் தேவேந்திரன் நிகழ்த்தும் சலனங்கள்' எனும் தலைப்பில் நயனதேவி 'முகிழ்' ஏழாவது இதழில் எழுதி யுள்ள கட்டுரையில் 'தேவேந்திரன் மௌனம் சாதித்துவருவதே நவீன இலக்கியத்தளத்தின் இயல்பு நிலையைப் பாதிக்க பிறி தொருவகையில் காரணமாகின்றது' எனக் குறிப்பிடுகின்றார்.

'புனைகதைகளின் எதிர்காலம்' *(Future of Fictions)* 'அவதிச் சக்கரம்' *(Critical wheel)* எனும் இரு இலக்கியக் கோட்பாடுகளைத் தேவேந்திரன் முன்வைத்திருந்தபோதிலும் ஈழத்து நவீன இலக்கியத் தளத்தில் உரிய கவனிப்பைப் பெறவில்லை என்பது வேதனை மிகுந்த யதார்த்தம். ஒருவிதத் தேக்க நிலையை எய்திவரும் ஈழத்து நவீனத் தமிழ் இலக்கியச் சூழலில் தேவேந்திரனின் கோட்பாடுகள் குறித்த விரிவான அறிமுகமும் பரவலாக்கமும் அவசியமாகின்றது. இதனொரு பகுதியாகவே இவ்வுரையாடல் பதிவுசெய்யப்படுகிறது. இது ஒரு தனித்துவமான எல்லை கடந்த உரையாடலாக அமைய வேண்டும் என்ற எதிர்பார்ப் பில் எவ்விதத் திட்டமிடலுமின்றி நிகழ்த்தப்பட்டிருப்பதைக் கருத்திற் கொள்க.

'ரிஷபம்' ஆசிரியர் குழு

ரிஷபம் : உங்களைப்பற்றிய ஒரு விரிவான அறிமுகத்துடன் இவ்வுரை யாடல் தொடங்கவுள்ளது.

தேவேந்திரன் :

1. 1976/08/11 திகதியிலிருந்து சராசரியாக 36500 நாள்களுக்கு உயிர்வாழும் தகைமையுடையவன். (இந்த 36500 நாள் களில் இதுவரை 10950 நாள்கள் கழிந்துவிட்டன.)
2. தனது பதின்மவயதுகளில் பருவங்கிளர்ந்தபோது தனக்கு சாத்தியமான ஆடவன் ஒருவனுடன் ஒன்றுக்கு மேற்பட்ட இரவுகள் தங்கியிருந்தவளான நிருத்தியுடன் வாழ்ந்து வருபவன்.
3. 1990 காலப்பகுதியில் யாழ் கோட்டையை இயக்கப் போராளிகள் முற்றுகையிட்டிருந்தபோது பாடசாலைகள் காலவரையறையின்றி மூடப்பட்டிருக்க மக்களில் ஒரு பகுதியினர் படகுகளில் தமிழகம் நோக்கி விரையவும்

நாளிதழ்களில் 'களம் பல கண்ட யாழ்கோட்டை'; 'முற்றுகை யின் முடிவில்' போன்ற தலைப்புகளில் தொடர் கட்டுரை கள் வெளியாகிக்கொண்டிருக்க விமானக் குண்டுவீச்சுக்கு அஞ்சி அயல் வீடொன்றில் இணைக்கப்பட்டிருந்த பதுங்கு குழிக்குள் எப்போதும் தன் வயதையொத்த பொடியளுடன் தங்கியிருந்தவன் அக்காலப்பகுதியில் பொழுதைக் கழிக்கத் தன்னினச் சேர்க்கையில் ஈடுபட்டவன் ஒன்றுக்கு மேற் பட்ட பெண்களுடன் சுமுகமான பாலுறவைப் பேணி வந்திருந்த ஆடவர்களைக் காணும்போது நெட்டுயிர்த்தவன்.

4. 1996 காலப்பகுதியில் பாதுகாப்புப் படையினரின் கட்டுப் பாட்டுக்குள் வடபுலயாழ்ப்பாணம் வந்திருந்ததில் மக்களின் நடமாட்டத்துக்கு அனுமதிக்கும் அட்டைகளை எழுதிக் கொடுக்கப்போய் படையினரின் சிநேகிதம் வாய்த்து அவர்களால் வழங்கப்பட்ட பாலியல் மாத இதழ் (சிங்களம்) ஒன்றினைப் பெற்று அதனுள் நிரம்பியிருந்த பெண்களின் கலைத்துவமான வெற்றுடல்களை முன்வைத்து நாள் தோறும் கரமைதுனம் செய்தவன். இதுவரை தன்னை ஓர் ஓரினச் சேர்க்கையாளன் எனக்கருதி நெருங்கிய பதினெட்டு ஓரினச் சேர்க்கையாளர்களுக்கும் தனது உடலில் ஓரினச் சேர்க்கையாளனுக்குரிய அடையாளமாகத் தெரிந்தது எதுவென அறிந்திராதவன். தனது ஏதாவதொரு காதில் வளையமோ கடுக்கனோ அணிந்திராதவனாதலால் அவனால் அந்த அடையாளத்தை இதுவரை தெரிந்து கொள்ள முடியவில்லை.

5. இவனளவுக்குக் கன்னியர் கொங்கைகள்மீது எவனும் தாகமாயிருந்திருக்க இயலாது. கன்னியர் மார்பகங்களை வருடுதலையும் ஸ்பரிசித்து திளைப்பதையும் கனவிற் கண்டு ஸ்கலிதத்திற்குள்ளானவன்.

6. இதுவரை முப்பத்தாறு நடிகைகளுக்குக் கடிதம் அனுப்பிப் பதில்களுக்காகக் காத்திருந்தவன், மரிப்பதற்கிடையில் ப்ரியணி, குந்தவி, தேவோணி, சூலிகா, யோனிகா, சுக்கிலா, கஞ்சினி, வாமனா போன்ற நடிகைகளுடன் ஒரு வார்த்தை யாவது தனிமையில் அளவளாவ ஏங்கியவன்.

7. ஒரு பெண்ணை வசப்படுத்திப் புணரக்கூடிய சமன்பாட் டின் பகுதிகளை அறிந்திராதவனாதலால் ஒன்றுக்கு மேற்பட்ட பெண்களைப் புணர்ந்துகொண்டிருக்கும் பாக்கியவான்களைப் பின்தொடர்ந்து சென்றவன். அதனால் செவ்வந்திநாதன் என்றொரு பாக்கியவானின் வீட்டிற்குச் சென்றிருந்த தருணம் தேசிய சுகாதார நிறுவன வெளியீடாக 1968 காலப்பகுதியில் வெளிவந்த முன்னாள்

சுகாதார மந்திரியான 'ஆனந்த கமங் கொட'வின் நினைவுக்கை நூலான 'வறுமை'யை ஒருதடவை வாசித்ததில் சாதாரண வாழ்க்கை வட்டத்தைவிட்டு வெளியேறி மாஸ்கோவின் தேவைக் கோட்பாட்டினுள் புகுந்தவன் 'வறுமை'யில் மாஸ்லோவின் பௌதீகத் தேவைகள்; பாதுகாப்புத் தேவைகள்; சமூகத் தேவைகள்; கௌரவத் தேவைகள்; சுய உணர்வுத் தேவைகள் என ஒவ்வொரு தேவைப்படி நிலையாக முன்னேறிச் செல்ல எத்தனித்தவன் – பின்னர் இத்தேவைகள் நிறைவேறிய நிலையில் எஞ்சுவது வெறுமையே எனும் மெய்ப்பொருளுணர்ந்து வெறுமையை நீக்கும் ஒரேயொரு மாற்றுவழியாகப் புனைகதை எழுத முனைந்தவன்.

8. புனைகதைகளை ஒழுங்கழிக்கும் தனிவெளியாக யாளியை வெளியிடுவதால் கலவியால் நேரும் பரவசத்தைக் காட்டிலும் மிகுந்த பரவசமெய்து பவன் யாளியினூடே இனம் பெருக்கும் விலங்கியல் வாழ்வைக் கடந்தேகியவன் 'புனைவுகளின் எதிர்காலம்; அவதி வழிப்பாதை' எனுமிரு கருதுகோள்களை முன்வைத்துப் பொய்ப்பிக்க எதிர்பார்த்திருப்பவன்.

9. 'வண்ணத்துப்பூச்சிகள் கொண்டு செல்லும் இதிகாச நகரம்'; 'பெண்ணுடல் மீதொரு பாசுரம்'; 'பச்சை'; 'பொய்ப்பிக்கவுள்ள கோட்பாடுகள்' எனும் நான்கு படைப்புகளை மாத்திரம் நூலுருக்களில் வெளிக்கொணர்ந்து அற்பர்களின் பகலையும் இரவையும் அடையாளம் கண்டிருப்பவன்.

ரிஷபம் : யாளி வெளிவரத் தொடங்கியது ஏன்?

தேவேந்திரன் : 'யுதி' அவனது ஓராம் புனைவு. அது 'கேந்திரம்' எனும் இதழுக்கு முதலில் அனுப்பப்பட்டது. மூன்றாவது வாரக் கழிவில் 'கதையின் தலைப்பு (Title) உட்பட முழுப் பகுதியும் கருத்துத் தெளிவின்மையைக் கொண்டிருப்பதால் தாங்கள் கேந்திரத்திற்கு அனுப்பிவைத்திருந்த கதையைப் பிரசுரிக்க முடியாதிருத்தலை மன வருத்தத்துடன் தெரிவிக்கிறோம்' என்ற சிறு குறிப்புடன் 'யுதி' அவனுக்குத் திருப்பப்பட்டிருந்தது. 'யுதி'யின் உட்டிரும்பலால் அவன் மனந்தளர்ந்தானில்லை. 'நவீன இலக்கியத்துக்கான மாற்றுக் குரலாக' வெளிவந்த 'அகேனம்' இதழுக்கு 'யுதி' அஞ்சலிடப்பட்டு இரண்டு மாதங்கள் கழிய, 'எங்கள் கருத்தியலுக்கு ஒவ்வாததாக 'யுதி' அமைவதால் அகேனத்தில் பிரசுரிக்க முடியாமைக்கு வருந்துகிறோம்' என்ற குறிப்புடன் ஓர் அஞ்சலட்டை மாத்திரம் அகேனத்திலிருந்து கிடைத்தது. அதனைத் தொடர்ந்து "எல்லை கடக்கும் நவீன இலக்கியத்திற்கான களமான 'விளிம்பு' இதழுக்கு அவனிடமிருந்து 'யுதி'யின்

இரண்டு பிரதிகளிலொன்று அனுப்பிவைக்கப்படுகிறது. ஏனைய இதழ்களைக்காட்டிலும் 'விளிம்பி'லிருந்து ஒரு சாதகமான பதில் கிடைக்குமென மிகுந்த எதிர்பார்ப்பினைக் கொண்டிருந் தான். இதனால் இருபத்தைந்து மாதங்கள்வரை வேறெந்தப் புனைகதையையும் எழுதுவதற்கான ஒழுங்குகளை அவன் மேற்கொண்டிருக்கவில்லை. இருபத்தாறாவது மாதந்தொடர்ந் தும் அவன் மிகுந்த நெருக்கடிக்குள்ளானான். அவனது 'யுதி' பிறரது புனைகதைகளைப் பின்தொடராததும் தனித்துவமானது மாகும்" என்பதை அவன் நன்குணர்ந்திருந்த வகையில் அரசு சேவையில் ஒரு சமுர்த்தி முகாமையாளனாக அவன் பணி யாற்றுவதால் மாதாந்தம் கிடைக்கும் வேதனத்தின் அரைப் பகுதியை முதலீடாகக் கொண்டு 'புனைகதைகளை ஒழுங் கழிக்கும் தனிவெளி'யென அரையாண்டு இதழாக 'யாளி'யை வெளியிடத் தொடங்கினான்.

ரிஷபம் : 'யாளி'யில் வெளியாகும் எல்லாப் புனைவுகளையும் நீங்களே வெவ்வேறு பெயர்களில் எழுதிவருவதாக நிலவும் கருத்துக்கு நீங்கள் தரும் வியாக்கியானம் யாது?

தேவேந்திரன் : *'யுதி'யில் ஆரம்பித்து 'வண்ணத்துப் பூச்சிகள் கொண்டு செல்லும் இதிகாச நகரம்' வரை பதினொரு புனைவு களை எழுதியிருக்கிறான். இதுவரைக்கும் 'யாளி' 32 இதழ்கள் வெளிவந்திருக்கின்றன. ஓரிதழுக்கு 10 புனைகதைகள் வீதம் 320 புனைகதைகள் வெளிவந்துள்ளன. எல்லாப் புனைகதை களையுமே அவன் எழுதியிருந்தால் இத்தருணம் 32 தொகுப்புகள் வெளிவந்திருக்க வேண்டும். ஆனால் ஒரேயொரு தொகுப்பு மட்டும் வெளிவந்துள்ளது. அடுத்து வெளிவரவுள்ள கதைத் தொகுப்பில் இடம்பெறப்போகும் கதைகளில் ஒன்றையாவது இன்னும் அவன் எழுத ஆரம்பிக்கவில்லை. இதிலிருந்து 'யாளி' யில் வெளியாகும் அனைத்துப் புனைவுகளையும் அவனே எழுதிவருவதாக முன்வைக்கப்படும் கருத்தினை எளிமையாகப் பொய்ப்பித்துவிடலாம். நீங்கள் இத்தருணத்தில் இக்கருத்தி லிருந்து உய்த்துணர வேண்டிய மெய்ப்பொருள் முதன்மையானது. அதுவே அவன் வலியுறுத்தி வரும் புனைவின் தனித்துவம். இத்தகைய புனைவுகளை அவனால் மட்டுமே செய்ய முடியும் எனக்கருதுவோர் அவனது எழுத்தில் தனித்துவம் மேம்படுவதை மறைமுகமாக அங்கீகரிக்கின்றனர். ஆனால் இதற்கான எதிர் விளைவு பாதகமானது. இவர்கள் எப்போதும் தங்களது கவனத்தை அவன் மீதே குவித்துவருவதனால், 'யாளி'யில் தொடர்ந்து புனைவுகளால், பங்களிப்புச் செய்துவரும் ஊர்மிளை, செண்பகப் பெருமாள், மகினன், மகாசேனன், கவிந்தன், மைத்ரேயி, தாதுசேனன் போன்றோரது வெவ்வேறு விதமான தனித்துவங் களை அடையாளங்காணத் தவறுகின்றனர். 'யாளி'யில் வெளி*

யாகும் ஒவ்வொரு புனைவையும் அவனே எழுதுகிறான் என்ற அடிப்படையில் பார்வைக்குட்படுத்தும்போது எந்த விதத்திலும் தர்க்கரீதியாக நிரூபணம் செய்ய இயலாத இவர்களது கருத் தேற்றம் இவர்களை ஆழ்ந்தகன்ற நுண்ணிய நோக்குகையிலிருந்து முற்றிலும் விலக்கி வைக்கிறது.

ரிஷபம் : ஆனால் 'யாளி' இதழ்கள் ஒவ்வொன்றிலுமே 'தயவுசெய்து எவரும் யாளிக்குப் புனைவுகளை அனுப்பிவைக்க வேண்டாம்' என்றொரு வாசகம் வெளியாகிவருகின்றதே.

தேவேந்திரன்: *அரசாங்க எச்சரிக்கை : 'புகைத்தல் உடல்நலத்திற்கு கேடாகலாம்' என்றொரு வாசகம் எல்லா சிகரெட் பெட்டி களிலும் கட்டமிடப்பட்டு அச்சிடப்பட்டிருக்கக் காண்கிறோம். ஆனால் புகைபிடிப்போர் அந்த வாசகத்தை முக்கியத்துவப் படுத்துவதில்லை. இதைப்போலவே நீங்கள் ஒவ்வொரு 'யாளி' யிலும் பார்க்கின்ற அந்த வாசகமும். அது புனைவுகளைத் தன்னியல்பாகவே வடிகட்டிப் பெறும் முயற்சியின் (Screening) வெளிப்பாடு. அந்த வாசகம் இடம்பெறாதபோது 'யாளி'யை வாசிக்கின்றவர்களில் அநேகர் புனைவுகளை அனுப்ப எத்தனிப் பர். இதனால் யாளிக்கு வந்து சேரும் புனைவுகளின் எண்ணிக்கை அதிகரித்துச் செல்லும். 'புனைவுகளின் எண்ணிக்கை எவ்வளவுக் கெவ்வளவு அதிகரிக்கின்றதோ அவ்வளவுக்கவ்வளவு பிரசுரத்துக் குத் தகுதியான புனைவுகளின் எண்ணிக்கை வீழ்ச்சியுறும்' என்ற புனைவுத் தத்துவத்தை நீங்கள் அறிந்திருப்பீர்கள். எனவே அந்த வாசகம் 'யாளி'யில் தொடர்ந்து இடம்பெறுவதனால் பரிசோதனை முயற்சியில் ஈடுபட்டுள்ளோரே யாளிக்குப் புனைவு களை அனுப்ப எத்தனிப்பர். இது யாளிக்கு வந்து சேரும் புனைவுகளின் எண்ணிக்கையைக் குறுக்கிவிடப் பிரசுரத்துக்குத் தகுதியான புனைவுகள் கிடைக்கும் சாத்தியம் அதிகமாகிறது. ஆதலால் யாளியில் வெளியாகும் புனைவுகள் சகலத்தையும் அவனே வெவ்வேறு பெயர்களில் எழுதுவதாக முன்வைக்கப்படும் கருத்து அபத்தமானது.*

ரிஷபம் : "மகுடவாய் மேழியை ஒரு 'பச்சைக் கண் அரக்கன்' எனலாய்த் தொடங்கும் துருவின் உணவுப் போசனையும் பிள்ளை விருத்தியும் எடுத்துக்காட்ட குறைந்தளவில் அவசியமானவை, அதே குறைந்தளவில் உணவுவேளையில் மேழியின் உட்திரும்பல் நிகழும் எனில் துருவின் உடலுக்கோ பகுப்பாய்வு நோக்கி காரத்தின் தாக்கவிளைவு நுணுக்குக் காட்டிக்குள் புகுந்து முகம் பார்க்கும் வெளிக் கதவுகளைத் திறக்கும் போது எழும் மேழியின் முனகலுக்கு உறிஞ்சும் தன்மையின் பிணைப் பில் வாலுள்ள விலங்கின் கொழுப்பைக் கசியவிடும் பருத்தி நரம்புகளின் குணவியல்புகளை விபரிக்கத் தொடங்கலாம் எனில் அருந்தும் நோக்கில் மாத்திரம் நீரை மட்பாண்டத்தில் இறைப்பதே மிக உகந்தது . . ." என்னும் வகையிலமையும் உங்களது புனைகதைகள் தொடர்பாக விமர்சகர்களால்

முன்வைக்கப்படும் கருத்தானது யதார்த்தப்பாங்கில் இயல்பாக கதை யொன்றை எழுதுவது கைவராதிருப்பதன் விளைவாகவே தேவேந்திரன் அர்த்தமில்லாத விதத்தில் ஏதோவொன்றை எழுதிவிட்டு அருவக் கதை யாடலெனப் பெயரிடுகின்றார். இது சுமுகமாக இயங்கும் புனைகளத்தை நெருக்கடிக்குள்ளாக்கும் மாயை என்பதாக இருக்கிறது. உண்மையில் நீங்கள் புனைகளத்தைத் திட்டமிட்டு நெருக்கடிக்குள்ளாக்கும் ஒருவரா?

தேவேந்திரன் : *அத்தகைய ஒருவனாக இயங்கும் வாய்ப்பில்லை. புனைகளத்தில் தேக்கம் நிலவுவதை இயன்றளவில் தவிர்க்குமொரு வனாக இனங்காணலாம். புனைகதை என்பது எல்லைகளற்ற பெருவெளி. அறிவியல் உணர்த்தும் பால்வீதிக்கு ஒப்பானது. அதுவோ முடிவிடம் எதுவுமின்றி விரிந்து செல்லும் இயல்புள்ளது. அதனுள் ஒரு கட்டம் அல்லது நிலைதான் விமர்சகர்கள் குறிப்பிடும் யதார்த்தப் பாங்கிலமையும் இயல்பான கதை என்பது. இதுவொரு மூடப்பட்டிருக்கும் நிலைப்பாடு. சில எடுகோள்களை முக்கிய நிபந்தனைகளாக ஏற்றிருக்கும். வரை யறுக்கப்பட்ட வெளிக்குள்தான் கதை இயங்கும். பொருளியலின் கேள்விக்கோட்பாட்டில் (Theory of Demand) ஒரு குறிப்பிட்ட பொருளுக்கான தேவையின் அளவைத் தீர்மானிக்கும் காரணி களெனக் குறிப்பிட்ட பொருளின் விலை; குறிப்பிட்ட பொருளி னது பதிலீடுகளின் விலை; குறிப்பிட்ட பொருளினது நிரப்பி களின் விலை; குறிப்பிட்ட பொருளை வாங்கத் தயாராகவுள்ள வரின் வருமானம் என்பன பொதுவாகப் பட்டியலிடப்படுகின் றன. ஆனால் எல்லாக் காரணிகளும் ஒரே நேரத்தில் குறிப்பிட்ட பொருளின் கேள்வியை (Demand) பாதிப்பதில்லையெனவும் ஒரு காரணி செயற்படும் வேளை ஏனைய காரணிகள் செயற்படா திருக்கின்றன எனவும் எடுகோள் ஒன்றினை முன்வைப்பத னூடாகவே கேள்விக் கோட்பாடானது விளக்கப்படுகின்றது. இதைப் போலவே உருவப்புனைகதைகள் (விமர்சகர் வார்த்தை யில் எதார்த்தப் பாங்கில் இயல்பாகச் சொல்லும் கதைகள்) சிலவரையறைகளை (limitations) முன்வைத்து இயங்குகின்றன. முதலில் எதிர்பார்க்கப்படுவது புனைகதைகளுக்கான தலையங்கம், (Title). அதைத் தொடர்ந்து புனைகதையானது அதற்குரிய தலையங்கத்தின் அர்த்தப்பாட்டைப் பிரதிபலிக்கத் தக்கதாக இயங்க எதிர்பார்க்கப்படுவதால் ஒருமையக்கருவில் முழுக் கவனத்தையும் குவித்து மூடப்பட்டதொரு தொகுதிக்குள் கதை யின் நகர்வை அவதானிக்கலாம். வாபனின் 'மகுடம் ஏற்கும் நாளுக்கு முன்னிரவில் . . .' இராமாயணத்தை மறுவாசிப்பு செய்துள்ள அதிகதையாகக் கருதப்படுகிறது. யுத்தம் நிகழ்த்தித் திரும்பிய இளையபெருமாளுக்குக் கடந்தகால நிகழ்வுகள் ஒரு மாயக்கண்ணாடியில் விரிவதாகக் கதை நகர்கிறது. இளைய பெருமாள் தன்னாலும் அவதார புருஷனாலும் வன்புணர்ச்சிக் குள்ளாக்கப்பட்ட நாகிகளின் வதைபடும் முனகல் ஒலியால்*

நெருக்கடிக்குள்ளாகிறான். இறுதியில் கடந்தகால நிகழ்வுகளின் வீரியம் மிகுந்த தாக்குதல்களினால் இளையபெருமாள் மரித்துப் போகிறான். கதையின் வீச்செல்லை எனப்பார்த்தால் அது மிகக் குறுகியதே. கதைக்குள் அவதார புருஷனின் நிலைப்பாடு, இளையபெருமாளினது மனைவியான ஊர்மிளையின் நிலைப் பாடு பற்றிய சிறு தடயங்களாவது தென்படுவதாயில்லையென் பதை முக்கியமாகக் கவனிக்குக. வேறுவிதமாகக் குறிப்பிட்டிருந்தா லன்றி அவதார புருஷன், ஊர்மிளை ஆகியோரது நிலைப்பாடு கள் மாற்றமடையாதிருக்க இளையபெருமாளின் நிலைப்பாடு களில் மாத்திரமே மாற்றமேற்படுவதாக ஓர் எடுகோளை (இதைத் தோன்றா எடுகோள் எனலாம்) முன்வைத்துக் குறுகிய வீச்செல்லைக்குள் கதை இயங்குகின்றது. இது ஒருமை வெளிப்பாடு எனக் கருதுக.

ஒருமை வெளிப்பாடு புனைகளத்தைத் தேக்கும். புனைகளத் தைத் தேக்க விரும்பாதவன் பன்முக வெளிப்பாட்டுக்காகத் தேர்ந்தெடுப்பது அருவக் கதையாடல் என்றுணர்க.

“படைக்கலங்களின் கடவுளானவர் தொட மண்ணகம் பாகாய் உருகிய மூட்டம் வாழ்வான அனைத்தும் அகழ்பட நிலம் முழுவதும் சரயுவின் வெள்ளமெனச் சுழற்றியெறியப்படு கிறது. மண்ணகம் பெருமணல் நதியென அலைக்கழிந்து தணிய படைக்கலங்களின் கடவுளென அறிமுகமானவர் வானகத்தில் தனது மேலறைகளைக் கட்டுகின்றார். வானின் வளைவை நிலத்தில் அடித்தளமிட்டு நிருமாணித்து சாகர நீரை முகந்து மண்ணகம் மீது பொழிகின்றவர் பெயரே படைக்கலங்களின் கடவுள்” என்பது திட்டமிடலின்றி எழும் உருவக்கதையாடலின் பகுதி. இது புனைகளத்தைத் தேங்க அனுமதிக்காது. தொடர்ந்து “கொடுங்கோல் தூற்றி வரித்தோற்ற மாயையின் புழை பிரித் தகற்றி விஞ்ஞான கலர் நக்கும் வாங்கரும் மறைக்கொரு வாலிருந் தாங்கணம் புருகுமாய் வீழ நெறி பிறழ் நுலங்கு மிதத்தலின் பாடொரு சாக்கியம் பக்கநேர் மாறலுற்று தெளிபுழை நீளி திரவமான பொருள் வடிவதலின் நோக்குயாதுமாய் . . .” எனும் திட்டமிடப்படாத அருவக்கதையாடலின் பகுதி புனைகளத்தை முன்னோக்கித் தள்ளும் என்பதே மெய்ப்பொருள்.

விமர்சக மேதைகளால் யதார்த்தப்பாங்கில் இயல்பாகக் கதையொன்றை எழுதுவது கைவரப் பெறாதவன் எனக் குறிப்பிடப் படுபவன் எந்தப் புனைகதையும் திட்டமிடப்பட்டு எழுதப் படுவதில்லை. இதனால் சுமுகமாக இயங்கும் புனைகளத்தை அவனால் திட்டமிட்டு நெருக்கடிக்குள்ளாக்க இயலாது என்பது வெளிப்படை.

ரிஷபம் : அர்த்தமிழத்தல் *(Nonsensing)* தான் புனைகளத்தின் முன்னேற்ற மாகக் கருதலாமா?

தேவேந்திரன்: அர்த்தம் *(sense)* இல் அர்த்தமின்மை *(Non-sense)* தன்னியல்பானதல்ல. உருவாக்கப்படும் பெறுமானங்கள். உங்க ளுக்கு நன்கு பரிச்சயமான உயர்திணை, அஃறிணை வடிவங்கள் எவையும் அர்த்தத்தைத் தருவதாகவும் பரிச்சயமில்லாத வடிவங் கள் எவையாயினும் அவை அர்த்தமின்மையை வெளிப்படுத்துவ தாகவும் நம்பிக்கை கொண்டிருக்கின்றீர்கள். 'அர்த்தத்தினது மெய்ப் பெறுமானம் அர்த்தமிழத்தல்' என்பதே கெலேயாங்கின் (சீனத்துறவி – பன்னிரண்டாம் நூற்றாண்டில் வாழ்ந்திருப்பதாகத் தகவல்) தத்துவம். 'அர்த்தம் என்பதன் இறுதி விளைவு அர்த்த மிழத்தலாகும்' காள்யுங்கின் (மெய்யியல் வாதி) விதி. இதை மிகக்குறைந்த வாக்கியங்களில் உங்களுக்கு விளக்க முயல்கிறான். எதற்குமுரித்தான் அர்த்தப்பாட்டை நீங்களே உருவாக்குகின்றீர்கள். அதே போன்று எதற்குமுரித்தான் அர்த்தப்பாடு குன்றிவிட்ட தாகக் கருதுவதும் நீங்கள்தான். இந்நிலைப்பாடுகளின் பிரதான பங்காளியாக நீங்கள் கருதப்படுகிறீர்கள். யாவும் உங்களுக்கிருக் கும் முதிர்வுறா மனப்பிரமையின் விளைவே. இந்த விளைவுதான் அருவக்கதையாடல் போன்ற புத்தாக்கங்களுக்குப் பரிச்சயமாவதில் இருக்கும் பிரதான தடையாகும். கதைகளின் மீது உங்களுக்குச் சில எதிர்பார்ப்புகள் இருந்துவருவதை அருவக்கதைசொல்லி தெரிந்திருக்கிறான். நீங்கள் எதிர்பார்ப்பது போல அருவக் கதையாடல் நிகழ்வதில்லை. ஆதலால் எவ்வித எதிர்பார்க்கை களுமின்றி அருவக்கதையாடலை நெருங்கப் பழகிக்கொள்ளுங் கள். கதைக்குள் இயங்குபவை உங்களுக்குப் பரிச்சயமாகத் தொடங்கும். அதற்காக முதலில் பரிச்சயமில்லாத கதைக்குள் பயணிக்கத் தொடங்குக. அதுவே மிகச் சிறந்ததாகும் மாற்று வழி. முன்னறிமுகமில்லாத ஒவ்வொன்றிற்கும் இயைபாக்க மெய்துக! இதைத் தவிர்த்துக் கதைக்குள் இயங்கும் பரிச்சய மில்லாத எவற்றிற்கும் அர்த்தம் குன்றிவிட்டதாகத் தீர்மானிப்பது பாதகமான விளைவுகளுக்கே ஏதுவாகும்!

சிங்களத்தில் 'திரிபுர' எழுதி 'சயன' வெளியீடாக வந்து தமிழில் காலகண்டன் மொழிபெயர்ப்பில் 'தவசி' வெளியீடாக – 'நவீன இலக்கியங்களில் அர்த்தப்பாடு – ஒரு புதிய நோக்கு' (2003) என வந்திருக்கும் நூலின் முக்கியமான பகுதியொன்றை எடுத்துக்காட்ட விரும்புகிறான்.

"... அண்மைக் காலங்களில் வெளியாகும் புதியவகை சார்ந்த எழுத்துகள் தொடர்பில் எழும் பொதுவான கருத்து 'இவ்வகை எழுத்துக்கள் இயல்பை மீறுபவையாகவும் அர்த்தப் பாடு குன்றியவையாகவும் அமைகின்றன. இவை காலங்கழிவில்

நிலைத்திருக்கக்கூடியவையல்ல. அருகிப்போய்விடும் தன்மை வாய்ந்தவை' என்பதாகும். இக்கருத்தாக்கம் எவரால் முன் வைக்கப்படுகிறதோ அவரால் இதை மெய்ப்பிக்க இயலாது. தமது தேடல் செயற்பாடுகளை எல்லைப்படுத்தியவர்களாலேயே இத்தன்மையான கருத்தாக்கங்கள் உருவாக்கப்படுகின்றன. இவர்கள் முதன்மையான தவறிழைப்பது தமக்கு நன்கு பரிச்சய மான எழுத்து வகையோடு புத்தாக்க எழுத்துக்களை ஒப்பிட்டுத் தமது கருதுகோள்களை முன்வைக்கும்போதுதான். எந்த வகை யான எழுத்தும் தன்னளவில் தனித்துவமும் முழுமையும் வாய்த்திருக்கும் தருணம் ஒன்றுடன் ஒன்றை ஒப்பிட எத்த னிப்பது பிரயோகமளிப்பதல்ல. இதைத் தவிர்த்து மேற்கொள்ளக் கூடிய முக்கியமான செயல்முறைக்கு ஆயத்தமாகுவது பயன் நல்கும். முதலில் உங்களுக்கு எவ்விதத்திலும் பரிச்சயமற்றிருக் கும் கதைவெளிக்குள் நுழைய எத்தனிக்குக. முன்னேற்றகர மான விளைவை எய்திவிட்டதாக ஒரு கட்டத்தில் உணர்வீர்கள். தொடர்ந்தும் பரிச்சயமற்ற கதைவெளிக்கும் நீங்கள் அலைந்து திரிதலே அந்தக் கதைவெளிக்கு நீங்கள் முற்றிலும் பரிச்சய மடைவதற்கான மிகச்சிறந்த மாற்றுவழியாகும். நீங்கள் சுயமாகவே ஒரு பரிசோதனையை நிகழ்த்துவதன் மூலம் இதற்கு எளிமை யாகத் தீர்வு காணலாம். முதலில் எழுமாற்றாக ஒரு சொல்லைத் தெரிவுசெய்யுங்கள். அந்தச் சொல்லை இடைவிடாது தொடர்ச்சி யாக 30 நிமிடங்கள் உச்சரித்துக்கொண்டிருங்கள். அந்தச் சொல் இருபதாவது நிமிடத்திலிருந்து அர்த்தமிழக்கத் தொடங்கி முப்பதாவது நிமிடத்தை நெருங்கும்போது அதற்குரித்தான அர்த்தப்பாட்டை முழுமையாக இழந்து வெற்றுச் சொல்லாக எஞ்சி நிற்பதை உணர்வீர்கள். உதாரணமாக 'நிதம்பம்' என்ற சொல்லை இந்த வகையான பரிசோதனைக்குட்படுத்தினால் முப்பதாவது நிமிடத்தில் 'நிதம்பம்' என்ற சொல் பெண் குறியை எடுத்துக்காட்டத் தவறுவதை உணரலாம். இதேபோல் உங்களுக்கு முற்றிலும் பரிச்சயமில்லாத அல்லது சாதாரண மாக உங்களால் அர்த்தமிழந்ததெனக் கருதப்படுமொரு சொல் லைத் தெரிவுசெய்து அந்தச் சொல்லை இடைவிடாது தொடர்ச்சி யாக 30 நிமிடங்கள்வரைக்கும் உச்சரிக்கும்போது இருபதாவது நிமிடத்திலிருந்து அர்த்தப்படத் தொடங்கி முப்பதாவது நிமிடம் முடிவுக்கு வரும்போது அந்தச் சொல் உங்களுக்கு முழுமையான அர்த்தப்பாடொன்றினை வழங்கத் தவறுவதில்லையென்பது மெய்ப்பிக்கப்பட்ட உண்மை. இது முக்கியமான இலக்கியக் கோட்பாட்டாளரான 'மகதி'யால் முன்வைக்கப்பட்டு மெய்ப் பிக்கப்பட்டதன் மூலம் 'எல்லை அர்த்தக் கோட்பாடு' என இலக்கியக் கோட்பாட்டாளர்களால் ஏற்றுக்கொள்ளப்பட்ட தாகும் என்பது கவனத்திற்கொள்ளத்தக்கது.

ரிஷபம் : இலக்கங்கள் கதை சொல்லுமா?

தேவேந்திரன்: இலக்கங்களின் முப்பரிமாணம் பற்றி விளக்க வருகிறான்.

ஓராவது தரவுப் பரிமாணம். இப்பரிமாணத்தில் இலக்கங்கள் இலக்கங்களாகவே அமையும். எடுத்துக்காட்டாக 25 என்பது ஓர் இலக்கம். இது அடுத்த பரிமாணத்தை ஏற்கும்வரை தொடர்ந்து 25 என்னும் நிலையிலேயே இருக்கும்.

இரண்டாவது தகவற்பரிமாணம். இப்பரிமாணத்தில் இலக்கங்கள் கணிப்பீட்டிற்குள்ளாவதன் மூலம் தகவலளிக்கத் தொடங்கும். எடுத்துக்காட்டாக 25 என்னும் இலக்கம் தகவற் பரிமாணத்தை ஏற்கும் தருணம்.

$\sqrt{25} - 5$ என்றாகலாம். அல்லது 25 x 25 – 625 என்றாகலாம்.

மூன்றாவது கதைப்பரிமாணம். இப்பரிமாணத்தில் இலக்கங்கள் கதைசொல்ல எத்தனிக்கின்றன. எடுத்துக்காட்டாக,

37 – எம்.ஜி. சுரேஷ் எழுதிய மாற்று அறிவியல் நாவல்.

நெருக்கடி மிகுந்த போர்ச்சூழலில் 1983 என்ற இலக்கத்திலிருந்து 2006 வரையான ஒவ்வொரு இலக்கமும் தன்னியல்பாகவே கதைப்பரிமாணத்தை அடைந்திருக்கக் காணலாம். ஆனால் 37 போன்ற ஆழ்ந்தகன்ற கதைசொல்லல் முயற்சிகள் சாத்தியமாகவில்லை என்றே கருதுகிறான்.

ரிஷபம் : மகினனின் 'கிரயக்கணக்கியல்' ஈழத்தின் நவீன புனைகதைகளில் இலக்கங்களைக் கொண்டு கதைசொல்லும் முக்கியமானதொரு எத்தனிப்பாக நீங்கள் கருதவில்லையா?

தேவேந்திரன்: 'கிரயக்கணக்கியல்' பிரசுர நோக்கில் யாளிக்கு அனுப்பிவைக்கப்பட்டிருந்த புனைவு. அது தன்னளவில் முழுமையடையாதிருப்பினும் இலக்கங்களால் கதைசொல்லும் மகினனின் சிந்தனையை மெச்சி யாளியில் வெளியிடத் தகுந்ததாக முழுமையாக்கித் தரும்படிக்கு 'கிரயக் கணக்கியல்' மகினனுக்குத் திருப்பப்பட்டிருந்த நிலையில் அவரிடமிருந்து யாளிக்கு எதிர்வினையேதும் வரப்பெறவில்லை. பிறிதொரு தருணம் 'கிரயக் கணக்கியல்' தன்னளவில் முழுமையெய்தா அதே பிரதியாக சூலி – (இதழ் 03) யில் வெளிவந்திருக்கக் கண்டான்.

மகினனின் தற்புதுமையான சிந்தனைக்குரித்தான செயல் வடிவம் போதுமானதாக அமைந்திராத 'கிரயக்கணக்கியல்' புனைகதையிலிருந்து சில பகுதிகளை எடுத்துக்காட்ட விரும்புகிறான்.

(அ) கிரயக்கணக்கியல் சமன்பாடு 1:3

1. கதைவெளிப்பாட்டு அட்டவணை

விற்பனை *(18000)*	**நியம எல்லைச் செலவு** *(15000)*	**பங்களிப்பு** *(30000)*
1. பத்மராணியின் மாதவிடாய்ச் சக்கரம் சமநிலையிழந்து 63 நாள் கழிந்திருத்தல்.	*1.* பத்மராணி கருத்தரித்திருப்பதான சந்தேகத்தைப் போக்கும் நடவடிக்கைகளை மேற்கொள்ளல்.	*1.* யாழ்போதனா வைத்தியசாலையில் பத்மராணியின் மூத்திரத்தைப் பரிசோதித்தல்.
2. பத்மராணியின் மூத்திரப் பரிசோதனை அறிக்கையானது அவள் கருத்தரித்திருத்தலைச் சான்று பகருதல்.	*2.* பத்மராணி கருத்தரித்திருத்தல் அவளுக்கும் எனக்கும் சில பிரதிகூலங்களையளித்தல்.	*2.* எங்களுக்குப் பதிவுத் திருமணமேனும் நிகழ்ந்திருக்காத தருணமாதலால் நாங்கள் கருச்சிதைவுக்கு எத்தனித்தல்.
3. கருவைச் சிதைக்க சம்பந்தன் தனியார் மருத்துவமனைக்கு நாங்கள் செல்லுதல்.	*3.* தனியார் மருத்துவமனைக்கு மகப்பேற்று மருத்துவ நிபுணர் வருகை தர தாமதமாகுமெனத் தெரிய வருதல்.	*3.* பத்மராணியைத் தனியார் மருத்துவமனையில் விட்டு நான் பல்கலைக் கழகத்துக்குக் கிரயக் கணக்கியல் விரிவுரைக்கச் செல்லல் பிற்பகல் 3 மணி.
4. கிரயக்கணக்கியல் சமன்பாடு 1.3 அறிமுகமாதல் விற்பனை –நியம எல்லைச் செலவு – பங்களிப்பு.	*4.* நான் கிரயக்கணக்கியல் விரிவுரை முடித்து, தனியார் மருத்துவமனைக்குத் திரும்பி வருதல் பி.ப. 4:30.	*4.* பத்மராணி மகப்பேற்று வைத்திய நிபுணருடன் உரையாடிக் கொண்டிருத்தல்.
5. ‘எனக்குப் பதிவுத் திருமணம் மட்டுமே நிகழ்ந்துள்ளது. கணவர்	*5.* ‘இந்து தர்மப்படி கருச்சிதைப்பு பாவகாரியமாகும். சட்டரீதியாகக்	*5.* பத்மராணியுடன் நான் யாழ் பேருந்து நிலையம் வருதல். அங்கிருந்த படியே

பல்கலைக்கழகத்தில் கற்கை நெறியினை மேற்கொண்டு வருகிறார். நான் உயர்தரப் பரீட்சைக்குத் தயாராகியுள்ளேன். இந்நிலையில் மகவு ஒன்றை ஈனுதல் அனுகூலமாயிராது. இதனால் கருச்சிதைப்புக்கு எத்தனிக்கிறேன்' என்பதாக பத்மராணி மகப்பேற்று வைத்திய நிபுணரிடம்' தெரிவித்தல் – பங்களிப்பு.	கருச்சிதைப்பு கொலைக் குற்றமாகும். அவசியப்படாத கருத்தரிப்பைத் தவிர்க்கும் பொருட்டு பெண்ணானவள் கருத்தடை மாத்திரையும் ஆணானவன் பிரீதியும் பாவிக்க வேண்டியது அறிவியல் விதியாகும். இவற்றைக் கடந்து கருச்சிதைப்பை மேற்கொள்ள எனக்குத் துணிவில்லை' என மகப்பேற்று நிபுணர் அவநம்பிக்கை வெளியிடுதல்.	இருவரும் கருவைச் சிதைப்பதற்கான மாற்று வழிகள் பற்றிய உரையாடல் முன்னெடுத்தல் – வழி 750 பேருந்து வந்து சேருதல். நான் பத்மராணியுடன் மதியந்திரும்பிய பொழுதில் கடந்தேகவுள்ள சோதனைச் சாவடிகளைக் கருத்திற்கொண்டு அந்தரப்படுதல்.

உண்மை விகிதத்தில் உண்மை விற்பனை *630*	**நியம விகிதத்தில் உண்மை விற்பனை** *390*	**அலகுக்கான நியம இலாபம்** *3*	**விற்பனைக் கலவை முரண்** *720*
1. பத்மராணியின் மாமன் ஒழுங்கு செய்த கருச்சிதைப்பு முகவனான பரத்தின் மூலமாக புலோலியில் வசிக்கும் ஒரு கிழவியைக் கொண்டு மாதமொன்றிற்கு 1000	1. கருச்சிதைப்பினால் பத்மராணிக்குத் தொடர்ந்து இரத்தப் பெருக்கு + பிண்டம் வெளித் தள்ளப் படாத நிலை + இரத்தம் ஊறிய வன்நீலத் துகில்களில் சிதைக்கப்	1. அரியாலை நோக்கி போராளிகள் முன்னேறுதல் + யாழ் நகரம் யுத்தகளமாக மாறுதல் + மின்சார விநியோகம் முற்றாகத் தடைபடுதல் + குடா நாடு முழுவதும்	1. பத்மராணி வெந்நீரில் குளிக்கும் போது கருமை படர்ந்த கையளவு பிண்டம் வெளித் தள்ளப்படல் + வெளித் தள்ளப் பட்ட பிண்டத்தை நான் மாதுளைக்கு அடியில்

ரூபா வீதம் பத்மராணி தரித்த ஒன்றரை மாதக் கருவை 1500 ரூபா கொடுத்துச் சிதைத்தல். 2. நான் பத்மராணியைச் சைக்கிளில் ஏற்றிவரும் தருணம் 'கருச் சிதைப்பின் போது நான் அனுபவித்த பாடுகளை எழுதிவிட இயலாது. அதை கருவைச் சுமந்து மகவொன்றை ஈனுதல் வெகு எளிமையானது' என அவள் முனகுதல்.	பட்ட கருவின் துகள்கள் + நான் துகில்களை முகர்தல் + மாமிச நெடிப்பு + துகில்களை நான் லைவ்போய் ஷம்பூ கலந்த நீரில் கழுவியெடுத்தல் + லைவ்போய் ஷம்பூவில் மாமிச நெடிப்பை நான் உணருதல். 2. நாளிதழ் வெளிவராதிருத்தல் + யாழ் இந்துக் கல்லூரி உயர்தர வகுப்பு மாணவன் சஞ்சீவன் இராணுவத்தால் சுட்டுக் கொல்லப்பட்டதாகச் செய்தி வெளியாதல்.	ஊரடங்கு உத்தரவு அமுலுக்கு வருதல் + பத்மராணி பிண்டம் வெளித்தள்ளப் படாததால் அவதியுறல் + இருள் சூழ்ந்த இரவில் 'பாதுகாப்புப் படையினர்' உழவு இயந்திரங்களில் வீதியெங்கும் ரோந்து செல்லல் + தென்மராட்சிப் பகுதியிலிருந்து இடம்பெயர்ந்த மக்கள் வடமராட்சிப் பகுதிக்குள் நுழைதல்.	புதைத்தல் + ஆதார வைத்தியசாலைக் கண்மையில் 'பாதுகாப்புப் படையினர்' பல்குழல் எறிகணைத் தளம் அமைத்துத் தென்மராட்சியை நோக்கி எறிகணை வீச்சு + அதிர்வின் விளைவாகப் பத்து நாள் அகவையுடைய ஆண் சிசு இறத்தல் + நெல்லியடிச் சந்தையில் குத்தகைப் பணம் வசூலிக்கும் 'பவா' இரவு 7:15 மணியளவில் அவனது வீட்டு வாசலில் வைத்து அடையாளந் தெரியாதவர்களால் சுட்டுக் கொல்லப் படுதல் + நான் பத்மராணியின் முலைகளை உறிஞ்சுதல்.

இப்பகுதிகளிலிருந்து மகினனுக்குச் சுட்டிக்காட்டப்பட்ட குறைபாடுகள் கீழ்வருவனவாகும்.

- கிரயக்கணக்கியல் சமன்பாடுகள் கதை வெளிப்பாடு அட்டவணைக்குள் தனித்திருக்கின்றன.
- கதைவெளிப்பாட்டில் இலக்கங்கள் வியாப்தி (பரவல்) அடையவில்லை.
- பத்மராணியின் கருச்சிதைப்பே கதைவெளிப்பாட்டில் 85% பெருமானத்தைக் கொண்டிருப்பதால் கதைவெளிப் பாட்டிலும் வியாப்தியை அவதானிக்க முடியவில்லை.
- கதைவெளிப்பாட்டில் நெருக்கடி மிகுந்த சூழலின் பிரதி நிதித்துவம் போதுமானதாக இல்லை.

ரிஷபம் : ஒரே தடவையில் ஒன்றுக்கு மேற்பட்ட புத்தகங்களை வாசித்தல் தொடர்பான உங்களது 'அவதிச்சக்கரம்' *(Critical wheel)* என்ற கருது கோள் பற்றிச் சுருக்கமாக விளக்க இயலுமா?

தேவேந்திரன் : அவதிச்சக்கரம் பொய்ப்பிக்க தயார்நிலையிலுள்ள கருதுகோள். இதை விளக்கிக்காட்ட முதலில் ஓர் எளிமையான புத்தகங்களின் அட்டவணை தேவைப்படும். இங்கே உங்களுக்கான ஓர் எளிய அட்டவணை தரப்படுகிறது.

புத்தகங்களின் தலைப்புகள்	வகை	பக்கங்கள்	நாளொன்றில் வாசிக்கும் பக்கங்கள்	வாசித்து முடிக்கத் தேவையான நாள்கள்
1. மக்கள் விரும்பும் சர்வாதிகாரம் – கோசலை	புனைவு சாரா அரசியல் கட்டுரைகள்	400	20	20
2. நடிகையைத் திருமணம் செய்வது எப்படி? – கோ. பாலசேகரம்	புனைவு சாரா இலக்கியம் சினிமா விமர்சனம்	250	25	10
3. வெட்டுக்கிளித் தேவதை – மகினன்	புனைவு இலக்கியம் அதி கவிதைகள்	150	05	30
4. கூர்மம் ஊர்மிளை	புனைவு இலக்கியம் அதி புதினம்	200	10	20
5. இதிகாசவீதி – மகாசேனன்	புனைவு இலக்கியம் அதி கதைகள்	100	10	10

ஒன்றுக்கும் அதிகமான புத்தகங்கள் வாசிப்பிற்கென ஒதுக்கிவைக்கப்பட்டுள்ள நிலையில் வாசிக்க முன்வருபவர் ஒவ்வொரு புத்தகத்தினதும் வாசிப்பதற்காகவுள்ள பக்கங்களை முதலில் கணக்கிட்டு நாளொன்றுக்கு ஒவ்வொரு புத்தகத்திலும் ஆகக்கூடுதலாகத் தன்னால் எத்தனை பக்கங்களை வாசிக்க இயலுமெனத் தீர்மானிக்கலாம். இத்தீர்மானிப்பின் பிரகாரம் வாசிப்பதற்காகவுள்ள ஒவ்வொரு புத்தகத்தினதும் பக்கங்களை நாளொன்றுக்கு ஆகக்கூடுதலாக வாசிக்க இயலும் ஒவ்வொரு புத்தகத்திற்குமான பக்கங்களால் வகுக்கின்றபோது ஒவ்வொரு புத்தகத்திற்குமான வாசித்து முடிக்கத் தேவையான நாள்கள் பெறப்படும். இம்முறையாகப் பெறப்படும் நாள்களில் அதிகூடிய நாள்களே அவதிச்சக்கரத்தின் சுழற்சிக்காலம் எனப்படுகிறது. மேற்போன்ற அட்டவணையில் அவதிச்சக்கரம் சுழற்சிக்காலம் 30 என்பதாகக் கணிக்கப்பட்டு வட்டமிடப் பட்டுள்ளது. இந்தச் சுழற்சிக்காலத்தினுள் புத்தகங்களை வாசிக்கத் தொடங்கும் தருணம் சில புத்தகங்கள் சுழற்சிக் காலத்திற்கு முன்பாகவே வாசித்து முடிக்கப்படலாம். உங்களுக்கெனத் தரப்பட்ட புத்தகங்களின் அட்டவணையை நோக்கினால் நான்கு புத்தகங்கள் 20, 10 நாள்களில் வாசித்து முடிக்க இயலுமானதாக அடையாளங் காணப்பட்டுள்ளன. இப்புத்தகங்கள் வாசித்து முடிக்கப்பட்டதும் வேறு நான்கு புத்தகங்கள் அவதிச்சக்கரத்தினுள் நுழையும் தகுதியைப் பெறுகின்றன. இந்நிலையில் இருவிளைவுகளில் ஏதாவது ஒன்று ஏற்படுமென அவதானிக்கலாம்.

1. 30 எனும் சுழற்சிக்காலம் நிலையாக இருத்தல்: அவதிச் சக்கரத்தினுள் புதிதாக அமையும் நான்கு புத்தகங்களும் 20, 10 நாள்களில் வாசித்து முடிக்கப்படக்கூடியதாக அமைந்தால் 30 எனும் சுழற்சிக்காலம் மாறாதிருக்கும். இந்நிலையை விளக்கிக் காட்டவும் ஓர் எளிய அட்டவணை தரப்படுகின்றது.

புத்தகங்களின் தலைப்புகள்	பக்கங்கள்	நாளொன்றில் வாசிக்கும் பக்கங்கள்	அவதிச் சக்கர சுழற்சிக் காலம்	வாசித்து முடிக்கத் தேவையான நாள்கள்
1. மக்கள் விரும்பும் சர்வாதிகாரம்	400	20	20	30
2. நடிகையைத் திருமணம் செய்வது எப்படி ?	250	25	10	30

3. கூர்மம்	150	10	20	30
4. இதிகாசவீதி	200	10	10	30
5. போராட்ட வடிவங்கள் அநபாயன் (கட்டுரைகள்)	200	20	10	30
6. தேசிய இனப் பிரச்சினை கதை வழி ஜே.கே. கனக வேல் (கட்டுரைகள்)	200	10	20	30
7. பரசுராமன் திரைக் கதைகள் (சினிமா)	250	20	10	30
8. பரிவேடம் அஜந்தா – புதினம்	250	10	20	30

உங்களுக்கு இந்த அட்டவணை விளங்கிக் கொள்வதில் சிரமம் எதிர்நோக்கப்பட்டால் தொடரவிருக்கும் பகுதிகளை வாசிக்கவும்.

அவதிச்சக்கரத்தின் சுழற்சிக்காலம் 30 எனத் தீர்மானிக்கப்பட்ட நிலையில் 01, 03 என இலக்கமிடப்பட்ட புத்தகங்கள் ஒவ்வொன்றும் சமாந்தரமான வாசிப்பில் 20 நாள்களில் வாசித்து முடிக்கப்பட்டுவிடும். இந்நிலையில் சுழற்றிக்காலத்தில் 10 நாள்கள் எஞ்சியிருப்பதை அவதானிக்கலாம். இத்தருணம் சுழற்சிக்காலத்தைச் சமப்படுத்தவும் புத்தகங்கள் 01, 03 அவதிச்சக்கரத்திலிருந்து வெளியேறுவதனால் ஏற்படும் வெற்றிடத்தை நிரப்பவும் 05, 07 என இலக்கமிடப்பட்ட புத்தகங்கள் அவதிச்சக்கரத்தினுள் நுழைந்து 10 நாள்கள் சமாந்தர வாசிப்பில் சுழற்சிக்குட்பட்டு அவதிச்சக்கரத்தின் சுழற்சிக்காலமான 30 என்பதைச் சமப்படுத்தி வெளியேறுவதைக் காணலாம். இதேபோன்று 02, 04 என இலக்கமிடப்பட்ட புத்தகங்கள் ஒவ்வொன்றும் சமாந்தரமான வாசிப்பில் 10 நாள்களில் வாசித்து முடிக்கப்பட்டுவிடும். இந்நிலையில் சுழற்சிக்காலத்தில் 20 நாள்கள் எஞ்சியிருப்பதை அவதானிக்கலாம். ஆதலால் சுழற்சிக்காலத்தைச் சமப்படுத்தவும் புத்தகங்கள் 02, 04 அவதிச்சக்கரத்திலிருந்து வெளியேறுவதால் ஏற்படும் வெற்றிடத்தை நிரப்பவும் 06, 08 என இலக்கமிடப்பட்ட புத்தகங்கள் அவதிச் சக்கரத்தினுள் நுழைந்து 20 நாள்கள் சமாந்தர வாசிப்பில் சுழற்சிக்குட்பட்டு அவதிச்சக்கரத்தின் சுழற்சிக்

காலமான 30 என்பதைச் சமப்படுத்தி வெளியேறக் காணலாம்.

2. 30 எனும் சுழற்சிக்காலம் காலாவதியாகும் முன்பாகவே புதியதொரு சுழற்சிக்காலம் தோன்றுதல்: இதை விளங்கிக் கொள்வதற்கும் நீங்கள் '30 எனும் சுழற்சிக்காலம் நிலையாக இருத்தல்' என்பதை விளக்கிக் காட்டுவதற்குத் தரப்பட்ட எளிய அட்டவணையைப் பிரயோகிக்கலாம். அந்த அட்டவணையில் தரப்பட்டுள்ள சுழற்சிக்காலத்தினுள் அவதிச் சக்கரத்திலிருந்து வெளியேறவுள்ள 01, 02, 03, 04 என இலக்கமிடப்பட்ட புத்தகங்களால் ஏற்படவுள்ள வெற்றிடத்தை நிரப்ப அவதிச் சக்கரத்தினுள் நுழையவுள்ள 05, 06, 07, 08 என இலக்கமிடப்பட்டுள்ள புத்தகங்களில் ஏதேனுமொன்றினது வாசிக்கத் தகுந்ததான பக்கங்களின் எண்ணிக்கை 2215 எனவும் அதிலிருந்து நாளொன்றிற்கு வாசிக்கும் பக்கங்களின் எண்ணிக்கை 05 எனவும் கருதுக. எனவே அந்தப் புத்தகத்தை வாசித்து முடிக்கத் தேவையான நாள்கள் 443 எனத் துணியலாம். இக்காலப்பகுதி ஏற்கெனவே துணியப்பட்ட அவதிச்சக்கரச் சுழற்சிக்காலம் 30 என்ற பெறுமானத்தைவிட அதிகமாகவிருப்பதால் 478 என்ற பெறுமானம் அவதிச்சக்கரச் சுழற்சிக்காலமாக உருவாகும். தொடர்ந்தும் அவதிச் சக்கரத்தினுள் உள்வரும், வெளியேறும் புத்தகங்களின் வாசிக்கும் காலப்பகுதிகள் 478 என்ற பெறுமானத்தைக் கொண்டே நிர்ணயிக்கப்படும்.

ரிஷபம் : 'மிகக் குறைந்தளவிலான கால அவகாசத்தில் வாசித்து முடிக்க இயலுமான புத்தகங்கள் அதிசிறந்தவை' என உங்களது இலக்கியக் கோட்பாட்டு வரிசையில் குறிப்பிடுகின்றீர்கள். இந்நிலையில் 478 நாள்களில் வாசித்து முடிக்கப்படும் புத்தகம் அதிசிறந்ததாக இருக்குமா?

தேவேந்திரன்: "இது சந்தேகங்களையும் அதிசிறந்த வினா மிகக் குறைந்தளவிலான கால அவகாசம் என்பது வாசிப்பினால் உருவாகும் பரவசத்துடன் தொடர்புபடுகின்றது. தவிரவும் இதற்கான சில நியமங்கள் உள்ளன.

'கான்க்ரீட்வனம்' (எம்.ஜி. சுரேஷ் எழுதிய நாவல்) 106 பக்கங்களை உள்ளடக்கியது. இதை வாசித்து முடிக்கத் தேவைப்படும் மிகக் குறைந்தளவிலான கால அவகாசமென்பது 120 நிமிடங்கள். நவீன இலக்கிய வரலாற்றில் இதுவொரு மாபெரும் சாதனை. இந்நாவல் அவதிச்சக்கரத்தினுள் நுழைந்த வேகத்திலேயே வெளியேறிவிடும் தன்மையுடையது. இதுவரை அவதிச் சக்கரத்தினுள் நுழைந்த வேகத்திலே வெளியேறும் எந்தப் புனைவையும் இது போல எவரும் கேள்விப்பட்டிருக்கும் சாத்தியமில்லை.

ஆனால் இது அசாதாரணமான வகைமாதிரி. 'குறைந்த பக்கங் களில் நிறைந்த பரவசம்' என்ற இலக்கியக் கோட்பாட்டின் வெளிப்பாடு. 'நாவல் எழுதுவது எப்படி?' என்பதற்கான வழி காட்டிக் கையேடு. அவதிச்சக்கரச் சுழற்சியில் இதுவொரு நியமம். (it is a standard) 'கான்க்ரீட்வனம்' அதனியல்புக்கேற்ப (106 பக்கங்கள்) மிகக் குறைந்தளவிலான கால அவகாசத்தில் வாசித்து முடிக்கக்கூடியதாகவுள்ளது. இதே போன்ற அவதிச் சக்கரத்தினுள் நுழையும் ஒவ்வொரு புத்தகத்திற்கும் வாசித்து முடிப்பதற்கான மிகக் குறைந்தளவிலான கால அவகாசம் தீர்மானிக்கப்பட்டிருக்கும். அந்த அவகாசத்தில் அல்லது அதற்கு முன்பாக வாசித்து முடிக்கப்படும் புத்தகங்கள் அதிசிறந்தவை யாக முடிவு செய்யப்படும். திருவிவிலியத்தைக் கருத்திற் கொள்க. அதிலுள்ள வாசிக்கத் தகுந்த பக்கங்களின் எண்ணிக்கை 2215. இப்புத்தகத்தை வாசித்துப் பரவசித்தவர்களுள் முதன்மையான வராகக் கருதப்படுகிற போல்பெரபன் லூக்கஸ் இதிலிருந்து நாளொன்றிற்கு வாசிக்கத் தகுந்த பக்கங்களின் எண்ணிக்கை 05 என்பதாக ஒரு நியம அளவீட்டை முன்வைத்துள்ளார். (இந்நியம அளவீட்டுக்காக அவர் எடுத்துக்காட்டும் அம்சமென்பது முக்கியமானது. 'ஆறு தவளைகளை உமிழும்'; 'ஆண்டவர் தேர்ந்துகொண்டோர்மீதே என்றென்றும் அருளும் இரக்கமும் விளங்கும்'; 'போவோர் வருவார் எவருமே அங்கில்லை இனிய நாட்டைப் பாழாக்கி விட்டார்கள்'; 'உன் வீரியத்தையெல்லாம் பெண்களிடம் செலவழித்துவிடாதே'; 'அரசரை அழிப்பவர்களை அணுகாதே'; 'உன்முலைகள் இரண்டும் லீலிகள் நடுவில் மேயும் இருமான்குட்டிகளை ஒக்கும்'; 'கலைமானின் இரட்டைக் குட்டி களை ஒக்கும் உன்னத முலைகள்' போன்ற திருவிவிலியத்திலுள்ள பல் பரிமாணங் கொண்டமைந்த மாபெரும் வசனங்களை இனங்காணவும் அதிலிருந்து பரவசமெய்தவும் நாளொன்றிற்கு அப்பனுவலிலிருந்து வாசிக்கும் பக்கங்களின் எண்ணிக்கை 05 என்ற அளவிற்கு மேற்படலாகாது என்பது வெளிப்படை யான உண்மை") இதனிமித்தம் திருவிவிலியத்தை வாசித்து முடிக்கத் தேவைப்படும் மிகக் குறைந்தளவிலான கால அவகாசம் 443 நாள்கள் என்றாகிறது. எனவே திருவிவிலியத்தை ஒத்தவாறான பக்கங்களைக் கொண்டிருக்கும் புத்தகங்களை வாசித்து முடிப்பதற் கான மிகக் குறைந்த நியமக்கால அவகாசம் 443 நாள்களாகக் கருதப்படும். இக்கால அவகாசத்தைக் கடந்துவிடாமல் வாசித்து முடிக்கப்படும் புத்தகம் அதிசிறந்ததென முடிவெடுக்கலாம். இதைப்போன்ற கான்க்ரீட்வனத்தை ஒத்தவாறான பக்கங்களைக் கொண்ட புத்தகங்களை வாசித்து முடிப்பதற்கான மிகக் குறைந்த நியமக்கால அவகாசம் 120 நிமிடங்களாகும். இந்நியம அளவைக் கடந்தேகி வாசித்து முடிக்கப்படும் புத்தகங்கள் அதிசிறந்தவை

யாகா. இதில் 'மிகக் குறைந்த கால அவகாசம்' எனும் பதம் அவதிச்சக்கரச் செயல் முறையில் தீர்மானிக்கப்படும் நியம அளவீடாகும். இது நேரடியாக ஆகக் குறைந்தளவிலான காலத்தை குறித்து நிற்கவில்லை. புத்தகங்களின் பக்கங்களைக் கருத்தி லெடுத்துத் தீர்மானிக்கப்பட்டிருக்கும் மிகக் குறைந்த கால அவகாசத்திற்கான நியம அளவீடுகளைப் பற்றின மேலதிக விளக்கத்தினைப் பெற 'இலக்கியக் கோட்பாட்டு வரிசை' என்ற புத்தகத்தை வாசிக்குக.

ரிஷபம் : 'புனைகதைகளின் எதிர்காலம்' பற்றிய கருதுகோளில் கிடைத் துள்ள தற்காலிகத் தீர்வானது கதைகளின் மரிப்பினை *(Dead of fictions)* மறுதலையாகக் குறிப்பாகக் கருதலாமா?

தேவேந்திரன்: புனைகதை ஒருபோதும் மரிப்பதில்லை. தனது வெளிப்பாடு வினைத்திறனற்றதென உணரும்போது பிறிதொரு வினைத்திறனான வடிவில் வெளிப்பட எத்தனிப்பதே அதற்குரித் தான இயல்பாகும். அது பாடுகளை அனுபவிக்கும் பிரயாணிக்கு ஒப்பானது. 'புனைகதைகளின் எதிர்காலம்' என்ற கருதுகோளின் பொது இயல்பாக முன்வைக்கப்பட்டிருப்பது, 'புனைகதைகள் தொடர்ந்து முன்னேற்றகரமான வடிவங்களில் வெளிப்படுகின் றன. வெளிப்படத் தவறும் சந்தர்ப்பங்களிலேயே தேக்கநிலை உருவாகிறது' என்பதாகும்.

'புனைகதைகளின் எதிர்காலம்' பற்றிய கருதுகோளை முழுமையாக்க அவற்றின் கடந்தகால, நிகழ்கால வெளிப்பாடு களை மேலெழுந்த முறையில் எடுத்துக்காட்ட வேண்டியிருக்கிறது.

உருவகக் கதையாடல் அதிகாரம் செலுத்தியது புனைகதை களின் கடந்தகாலமெனவும் அருவுருவக் கதையாடல் அதிகாரம் செலுத்திவருவது புனைகதைகளின் நிகழ்காலமெனவும் கருதப் படுகின்றது. இவ்விரு காலங்களையும் பொதுமைப்படுத்தினால் அருவக் கதையாடல் தனித்து அதிகாரம் செலுத்தவுள்ள நிலைப் பாடு புனைவுகளின் எதிர்காலமெனத் தீர்மானிக்கலாம். இத் தருணத்தில் அருவக் கதையாடல் எவ்வாறு தனித்து ஆதிக்கம் செலுத்தவுள்ளது என்பதை நிரூபணம் செய்தலே முதன்மை யானது.

உருவகக் கதையாடலில் தொடக்கம், நடுப்பாகம், முடிவு என்ற சூத்திரத்தினுள் உயர்திணையென வரையறுக்கப்பட்ட உருவங்களுடன் ஓரளவுக்கு சமாந்தரமாக அஃறிணையென வரையறுக்கப்பட்ட உருவங்களும் சேர்ந்தியங்கிக் கதை சொல்லி வந்த போக்கு அருவுருவக் கதையாடல் தொடங்கவும் படிப்படி யாக அருகத் தொடங்கியது. நிகழ்காலத்தில் அருவுருக்கள் முக்கியப் பங்கு வகித்துக் கதைசொல்லும் போக்கு மிகுந்திருக்

கின்றது. இத்தகைய போக்கு எதிர்காலத்தில் அருகிவிடும் என நம்புவதால் எதிர்காலத்தில் அருவக் கதையாடல் தனித்து ஆதிக்கம் செலுத்தவுள்ளது. இப்போது கட்டுரையாளர்களுக்கான வழிகாட்டல் குறிப்புகளில் *(Guidelines)* 'கட்டுரை மூலம் விளக்க எத்தனிப்பதைக் காட்டிலும் கதைசொல்லல் வடிவமொன்றைத் தேர்ந்தெடுப்பது மிகுந்த பயன் விளைவை ஏற்படுத்தும்' என வலியுறுத்தப்படுவதே புனைகதைகளின் எதிர்காலம்' என்ற கருதுகோளுக்கு ஆதாரமாகும். வழிகாட்டல் குறிப்புகளைப் பின்தொடரும் கட்டுரையாளர் முதலில் உருவக் கதையாடல் வடிவத்தையே தேர்ந்தெடுப்பர். அக்கதையாடல் காலாவதியான தும் அருவுருவக் கதையாடலில் அவர்களது கவனம் குவியும். அக்கதையாடலும் காலாவதியாகக் கட்டுரையாளர் தேர்ந் தெடுப்பது அருவக் கதையாடலாகத்தானிருக்கும். இந்நிலை யில் புனைகதையாளரது இயக்கம் எவ்வாறு இருக்கும்? என்பதே முக்கியமான கேள்வியாகின்றது.

கட்டுரையாளர் உருவக் கதையாடல் வடிவத்தைத் தேர்ந் தெடுக்கும் தருணம் புனைகதையாளர் அருவுருவக் கதையாட லைத் தேர்ந்தெடுப்பர். கட்டுரையாளரால் உருவக் கதையாடல் விலக்கப்பட்டு அருவுருவக் கதையாடல் தெரிவுசெய்யப்படும் போது புனைகதையாளர் அருவக் கதையாடலில் முழுக் கவனம் செலுத்துவர். தொடர்ந்து கட்டுரையாளர் அருவக்கதையாடலை நோக்கி நகர புனைகதையாளர் கதையாடலை நிசப்தத்தில் மிதக்கவிடுவர். ஏனெனில் புனைகதைகள் கட்டுரைகளின் ஆக்கிரமிப்புக்குள்ளான நிலையில் கதையாடலின் எழுத்து வடிவம் அருகிவிடும். (புனைகதைகள் எழுத்து வடிவில் அருகி விடுதலையே சிற்சிலர் தவறாக உள்வாங்கி 'புனைகதைகளின் எதிர்காலம்' என்பது புனைகதைகளின் மரிப்பினை விளக்கும் மோசமான கருதுகோள் எனக் கருத்து வெளிப்படுத்தக் காணலாம். இக்கருத்து வெளிப்பாடானது 'புனைகதைகளின் எதிர்காலம்' என்ற கருதுகோளை எவ்விதத்திலும் பொய்ப்பிக்கும் பிரயோக மற்றதாகும்.)

இந்நிலையில் புனைகதைகளின் நெடுவெளி முழுமையாகி நீளும். புனைகதையாளர் எழுத்தில் கதையாடலை நிகழ்த்தாமல் தமக்குப் புலனாகக்கூடிய ஒவ்வொன்றை மிக நுணுக்கமாக அவதானிக்கத் தொடங்குவர். புனைகதைகளின் எதிர்காலத்தில் இதுவொரு முக்கியமான தருணம். ஏனெனில் இத்தருணத் திலிருந்து புனைகதையாளர் தங்களால் அவதானிக்கப்பட்ட நிகழ்வுகளிலிருந்து எய்தும் பரவச நிலையை எழுத்தில் முழுமை யாகப் பதிவுசெய்துவிட இயலாது என்ற மாபெரும் உண்மை யைக் கண்டடைந்திருப்பர். இதனுடன் சமாந்தரமாக இதுவரைக்

கும் தங்கள் எழுத்தில் பதிவுசெய்யப்பட்ட புனைகதைகள் யாவையும் தங்களால் அவதானிக்கப்பட்ட நிகழ்வுகளிலிருந்து எய்திய பரவசநிலையின் மிக நுண்பாகமே என்ற மாபெரும் உண்மையும் புலனாகும். இதன் விளைவாக ஒவ்வொரு நிகழ்வின் மீதான அவதானத்தினாலும் எய்தும் பரவசத்தினது முழுமையைப் பேணுவதற்கான மாற்றுவழியாகப் புனைகதையாளர் தேர்ந்தெடுப்பது எந்தவொரு கதையையும் எழுத்துவடிவில் பதிவு செய்யாதிருப்பதையேயாகும். இவர்களது கவனம் குவிவது நிகழ்வுகளைத் தொடர்ந்து அவதானித்து பரவசமெய்துவதிலாகும். இதனால் கதைகளை எழுத்து வடிவில் பதிவுசெய்ய எத்தனித்தால் அநேக நிகழ்வுகளின் மீதான அவதானமும் அதிலிருந்து எய்தும் பரவசநிலையும் இழக்கப்படுமெனக் கருதுபவர்களாகவே புனைகதைகளின் எதிர்காலத்தில் புனைகதையாளர் விளங்குவர் என எதிர்பார்க்கப்படுகிறது. ஆகவே தங்களால் அவதானிக்கப்படும் நிகழ்வுகள் யாவும் ஏற்கெனவே தன்னியல்பாக நிகழ்ந்துகொண்டிருக்கும் மாபெரும் புனைகதையொன்றினது சிறு அலகுகள் எனும் வெளிப்படை உண்மையேனும் எழுத்து வடிவில் பதிவுசெய்யக் கால அவகாசம் எடுத்துக்கொள்ளாத இயல்பினைப் புனைகதையாளர் பெற்றிருப்பர் எனலாம்.

'புனைவுகளின் எதிர்காலம்' என்ற கருதுகோளை விளக்கத் தரப்படும் எளிய வரைபடம் பின்வருமாறு அமையலாம்.

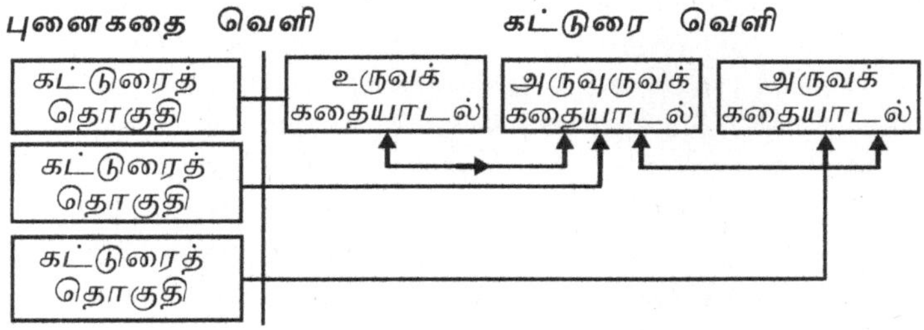

ரிஷபம் : உங்களது கருதுகோள்கள் புனை கதைகள் குறித்து முன்வைக்கப்படும் விமர்சனங்கள் எவற்றிற்கும் எதிர்வினையாற்றாதிருப்பதேன்?

தேவேந்திரன்: இதற்கெனப் பிரதானமாக மூன்று காரணங்களைக் குறிப்பிடலாம்.

1. கியூபிங் (பதினாறாம் நூற்றாண்டில் எகிப்தில் வாழ்ந்த தத்துவஞானி) கினது மகுட வாசகங்களில் பிரதானமானதெனக் கருதப்படும் 'உனைநோக்கி எழுப்பப்படும் எந்தவொரு வினாவுக்குமான மிகச்சிறந்த விடை பகர்வென்பது எந்தவொரு விடை பகர்வினையும் மேற்

கொள்ளாதிருத்தலாகும்' என்பதுடன் முழுமையாக உடன்படுதல்.

2. எதிர்வினையாற்றுவதற்குள்ள கால அவகாசத்தில் ஒரு புனைகதை அல்லது கருதுகோளுக்கான முன்வரைபை ஒழுங்குபடுத்தி விடலாம். எனவே தான் படைப்பாக்க எத்தனிப்பைத் திசைதிருப்பும் விமர்சனங்களைக் கவனத்தில் கொள்ளாதிருத்தல் வெகு சிறப்பானதெனக் கருதுதல்.

3. 'பொய்ப்பிக்கத் தூண்டுவதே விமர்சனம்' எனும் 'கார்ல் பொப்பர்' *(Karl Popper)* வாக்கியத்துடன் பொருந்தச் செய்தால் உங்களால் விமர்சனங்களெனக் கருதப்படுபவை எவையும் விமர்சனங்களல்ல எனத் தீர்மானித்தல்.

ரிஷபம் : 'தேவேந்திரன் கார்ல் பொப்பர் இயங்கிய தளத்தினுள் அலைக்கழியும் இலக்கியக் கோட்பாட்டாளரல்ல' என்ற வாக்கியத்தை எவ்வாறு மதிப்பிடலாம்?

தேவேந்திரன் : இது ஒரு பொய்ப்பிக்கக்கூடிய வாக்கியம். 'இவ் வாக்கியம் உண்மையானதல்ல' எனும் விதமாக அணுகலாம். மதிப்பீட்டுக்கான மிகச் செம்மையான அணுகுமுறையாக இதைக் கருதலாம் பிறகு பொய்ப்பிக்கும் செய்முறைக்கு நகரத் தொடங்கலாம். இந்நகர்வில் பரிச்சயங்கொள்ள பொப்பரால் எழுதப்பட்ட பிரதான நூல்களான விஞ்ஞானக் கண்டுபிடிப்புகளில் தருக்கம் *(The Logic of Scientific Discovery)*, திறந்த சமூகமும் அதன் எதிரிகளும் – பாகம் I, பாகம் II *(The Open Society and its Enemies - I, II)*; ஊகங்களும் நிராகரித்தலும் *(Conjetures and Refutations)* முதலானவற்றைப் பொய்ப்பித்தல் செய்முறையின் ஆரம்பக் கட்டத்தில் வாசித்திருக்க வேண்டியது முக்கியமான நிபந்தனையாகும். ஏனெனில் பொய்ப்பித்தல் செய்முறையுடனான பரிச்சயமேதுமின்றிப் பொய்ப்பித்தல் செய்முறையைப் பின்தொடர முடியாது.

பொய்ப்பித்தல் செய்முறையில் பரிச்சயம் ஏற்பட்டதும் அடுத்த கட்டத்தில் பொய்ப்பித்தலுக்கான காரணங்களைத் தேடியலையும் பருவத்தை வலுப்படுத்த பொப்பரினது எஞ்சியிருக்கும் இரு முக்கிய நூல்களான சார்பற்ற அறிவு *(objective Knowledge)*, முடிவிலாத் தேடல் *(Unended Quest)* – இது கார்ல் பொப்பரின் சுயசரிதையாகும் – போன்றவற்றை வாசித்திருக்க வேண்டியது அவசியமாகும். அறிவியலை அறிவியலல்லாதவற்றிலிருந்து வேறுபடுத்திக் காட்டும் உரைகல் தத்துவமாகப் பொய்ப்பித்தற் கோட்பாட்டைப் பொப்பர் முன்வைக்கிறார். இத்தத்துவத்தின் வழியே மேம்படும் அறிவுக் கொள்கைதான் பொய்ப்பிக்க முக்கியமானது. 'உண்மையாதென எவரும்

அறிவதில்லை. உங்களுக்கு இயல்வதெல்லாம் அறியாமையிலிருந்து உங்களை விடுவிப்பதே. முடிவின்றித் தொடரும் இப் பிரயாணத்தை அறிவின் பரிணாம வளர்ச்சிக் கொள்கையென லாம். அறியாமையிலிருந்து அறிவை நோக்கி முன்னேறுவது பிரச்சினைக்குத் தீர்வு காணத் தகுந்த முறையாகும்' என்பது பொப்பரின் வாதம். அவர் தனது வாதத்தைப் பின்வரும் விதமாக விளக்குகிறார்.

$$\mathbf{P_1 \rightarrow TS \rightarrow EE \rightarrow P_2}$$

P_1 – பிரச்சினையுடன் தொடங்கும் அறிதல் முயற்சி.

TS – முன்மொழியப்பட்ட தீர்வு முயற்சி.

EE – முன்மொழியப்பட்ட தீர்வில் காணப்படும் தவறுகள் களையப்படுதல்.

P_2 – முன்மொழியப்பட்ட தீர்வின் மூலம் தவறுகள் களையப்பட்ட அறிதல் முயற்சி. இது புதிய பிரச்சினையொன்றினது தொடக்க நிலையாகும்.

இதிலிருந்து ஒரு பிரச்சினையுடன் தொடங்கும் அறிதல் முயற்சியின் விளைவாக (P_1) தீர்வொன்று முன்மொழியப் படுகின்றது. அது (TS) தற்காலிகமானதே. ஏனெனில் அது தவறுகளைக் கொண்டிருக்குமென நம்பலாம். இதனால் முன்மொழியப்பட்ட தீர்வில் காணப்படும் தவறுகள் களையப் படும் (EE). இதன் விளைவாக உங்களுக்கு முன்மொழியப்பட் டிருந்த தீர்வின் மூலமாகத் தவறுகள் களையப்பட்ட இன்னொரு பிரச்சினையுடன் தொடங்கும் அறிதல் முயற்சி சாத்தியமாகி விரிவடைந்து செல்லும் அதாவது

P_x - TS - EE - P_2- TS - EE - P_3 . . . எனும் விதமாக விரிவடைந்து செல்லக் காணலாம். அறிவியல்வாதத்தின் போக்கு என்பது முடிவற்றுத் தொடரும் தேடலில் (P_n) முன்வைக்கப் படும் ஒரு கருதுகோள் (ஊகம்) பொய்ப்பிக்கப்பட்டு இன்னொரு கருதுகோள் (ஊகம்) முன்வைக்கப்படுவதாகும். இத்தொடர்ச்சி யான செய்முறையின் வழியே அறிவியற்புலம் வளர்ந்தோங்குவ துடன் உண்மையை அண்மிக்கும் எத்தனம் தொடரப்படுகிறது. எந்நிலையில் நீங்கள் தேடலைக் கைவிட்டு முன்வைக்கப்பட்ட கருதுகோளால் திருப்தியடைகின்றீர்களோ அந்நிலையிலிருந்து அறிவியல் துறை என்று பெறுமானம் இழக்கப்பட்டு அத்துறை அறிவியல் அல்லாத்துறை அல்லது சித்தாந்தமென மாறிவிடு கின்றது எனலாம். பொப்பரின் இந்த விளக்கத்தை நீங்கள்

நெருங்கிக் கவனிக்கும்போது விமர்சனம், திறனாய்வு என்பவற்றின் உண்மையான அர்த்தம் புலனாகும். எந்தவொரு கருதுகோளும் முன்வைக்கப்படும்போது அதன் உண்மைத்தன்மையை நிரூபணம் செய்வதற்கான எத்தனமே மேலோங்கி நிற்பது வழமையானது. ஆனால் அதை உண்மையெனக் காட்டுவதற்கு எந்தளவு சான்றுகள் வேண்டப்படும் என்பதைத் தீர்மானிக்க உங்களால் இயலாது என்பது தான் உங்கள் முன் தெளிவாகவுள்ள பேருண்மை. இந்நிலையில் அக்கருதுகோள் பொய்யானது என்பதை நிரூபிக்கும் ஒரேயொரு சான்று போதுமானதாகும். எனவே முன்வைக்கப்படும் எந்தவொரு கருதுகோளையும் அது உண்மையானது என நிரூபிக்க எத்தனிக்காமல் அது பொய்யானது என நிரூபிக்க எத்தனித்தலே சிறந்த வழியாகும். பொய்ப்பித்தல் கோட்பாட்டின் வழியே கிடைக்கும் சாராம்சமானது. அறிவில் முன்னேற்றங்காண ஏற்கெனவே முன்வைக்கப்பட்டுள்ள கொள்கைகள், கோட்பாடுகள், கருதுகோள்களைப் பொய்ப்பிக்க எத்தனிப்பதனூடே புதிய கொள்கைகள், கோட்பாடுகள், கருதுகோள்கள் முன்வைக்கப்படுவதற்கு சாத்தியமாகும். இதுவரைக்குமான விளக்கக் குறிப்புகளினடிப்படையில் உங்களால் தரப்பட்ட வாக்கியத்தைப் பொய்ப்பிக்க எத்தனிக்கலாம்.

P_1 - TS - EE - P_2

P_1 – பிரச்சினையுடன் தொடங்கும் அறிதல் முயற்சி.

- தேவேந்திரன் எவ்வகையான இலக்கியக் கோட்பாட்டாளர்?

TS – முன்மொழியப்பட்ட தீர்வு முயற்சி.

- தேவேந்திரன் கார்ல் பொப்பர் இயங்கிய தளத்தினுள் அலைக்கழியாத இலக்கியக் கோட்பாட்டாளர்.
- EE – முன்மொழியப்பட்ட தீர்வில் காணப்படும் தவறுகள் களையப்படுதல்.

1. கார்ல் பொப்பர் இயங்கிய தளம் 'பொய்ப்பிக்கத் தூண்டுவதே விமர்சனம். அதற்குத்தான் பதிலளிக்க வேண்டும்' என்பதாகும்.
2. தேவேந்திரனின் 'கருதுகோள்கள் குறித்து முன்வைக்கப்பட்ட கருத்துகள் அக்கருதுகோள்களைப் பொய்ப்பிக்கத் தூண்டியிருந்தால் தேவேந்திரன் பதிலளித்திருக்க வேண்டும்.

3. இதுவரை தனது கருதுகோள்கள் குறித்து முன்வைக்கப் பட்ட கருத்துகளுக்குத் தேவேந்திரன் எந்தவொரு பதிலை யும் வெளிப்படுத்தியதாகத் தகவலில்லை.

4. தேவேந்திரன் கார்ல் பொப்பர் இயங்கிய தளத்தினுள் அலைக்கழியாத இலக்கியக் கோட்பாட்டாளர் எனின் அவர் தனது கருதுகோள்கள் குறித்துப் பிறரால் முன் வைக்கப்பட்ட கருத்துகளுக்குப் பதிலளித்திருப்பதாகத் தகவல் கிடைத்திருக்கும்.

P_2 – முன்மொழியப்பட்ட தீர்வின் மூலம் தவறுகள் களையப்பட்ட அறிதல் முயற்சி.

- தேவேந்திரன் கார்ல் பொப்பர் இயங்கிய தளத்தினுள் அலைக்கழியும் ஓர் இலக்கியக் கோட்பாட்டாளராக லாம்.

(இது புதிய பிரச்சினையொன்றினது தொடக்க நிலை யாகும்.)

உங்களால் தரப்பட்ட வாக்கியத்தைப் பொய்ப்பித்தல் நிறைவு பெறவில்லை. அவ்வாக்கியம் இன்னொரு பிரச்சினையின் தொடக்கமாக மாற்றமடைந்துள்ளது. உங்களுக்கு அவகாச மிருந்தால் பொய்ப்பிக்க எத்தனிக்குக.

ரிஷபம் : முடிவாக ஏதாவது சொல்வதற்கிருந்தால் . .?

தேவேந்திரன்: ‘புனைகதைகளின் எதிர்காலம்’; ‘அவதிச்சக்கரம்’ என்னுமிரு கருதுகோள்களையும் தேவையான கால அவகாச மெடுத்துப் பொய்ப்பிக்கும் செயல்முறை தொடங்கப்படவுள்ளது.

◎

கோட்பாடுகளின் மரணம்

கோட்பாடு 1

எங்கெங்கே ஏதேது நிகழுமோ அங்கங்கே அதெல்லாம் நிகழ்ந்தன. ஒவ்வொரு நிகழ்வும் திரும்பத் திரும்ப ஒரு வட்ட நகர்வில் சீரற்ற கால இடைவெளியில் நிகழ்ந்து கொண்டுதானிருக்கும். இதற்கிசைவாக அரசன் வெண் கொற்றக் குடையின் கீழ் கொலுவிருந்தான். கையில் செங்கோல். செங்கோல் அவனது மூன்றாம் கரம் என்பது கவனத்தில் கொள்ளுமாறு வேண்டப்பட்டுள்ளது. அரசவை எவ்விதமிருக்குமோ அவ்விதமிருந்தது. மன்னன் சொல்லி யருளினான்: "நீதியானது தேவதைக்கு மேலாயுள்ள தெய்வம். அவ்வாறாயுள்ள தெய்வத்தின் திரு – முன்னிலை யில் எந்தவொருவனும் பொதுவானவன். அவனுக்குரிய ஆடைகள் களைந்தெறியப்படுகின்றன. அங்கே நாம் அனைவரும் சமமாய் நிற்போம். ஒரேயொரு வேறுபாடு நிலவும். அதுவே குற்றமற்றவன், குற்றமுள்ளவன் என்பதாய் அமையும். குற்றமற்றவன் எவனாயினும் போற்றுதற்குத் தகுதி வாய்ந்தவன். குற்றமுள்ளவன் எவனாயினும் தண்டனைக்குட்படும் சந்தர்ப்பம் பெற்றவன். நீதி மகாசபையின் முன்பாகச் சகோதரன் சகோதரனையும் தந்தை மகனையும் சாவுக்குக் கையளிப்பர். மக்கள் பெற்றோர்க்கெதிராக எதிராக எழுந்து அவர்களைக் கொலை செய்வார்கள். இது இறுதிவரை நிலைநிறுத்தப் படும். இறுதிவரை நிலைத்து நிற்பவன் பாக்கியவான். அவன் மீட்கப் பெறுவான்.

"நீதி மகாசபையின் முன்பாக மேம்பட்டிருத்தல் என்பது அகற்றப்பட்டுள்ளது. இதன் காரணமாக சீடன் குருவுக்கு மேம்பட்டிருத்தலோ குருவானவர் சீடனுக்கு மேம்பட்டிருத்தலோ தலைவன் ஊழியனுக்கு மேம்பட்

டிருத்தலோ ஊழியன் தலைவனுக்கு மேம்பட்டிருத்தலோ சாத்தியப்படுவதில்லை. தந்தை மகன் மீது பாசங்கொண்டிருத் தலோ மகன் தந்தைமீது பாசங்கொண்டிருத்தலோ சாத்தியப் படுவதில்லை. எவரேனும் ஒருவர் நீதி தேவதைக்கு முன்பாக நின்று சார்பாகக் குரல் தரவல்லவராயுள்ளார். அவரே பாக்கிய வான். அவரே மீட்கத் தகுதிவாய்ந்தவர்.

“நீதி என்னும் பெரிய தெய்வமே போற்றுதற்குரியதாகும் என்பதுடன் அதுவே நேசிப்பிற்குரியதாகும். அந்தப் பெரிய கடவுளை விடுத்து வேறு எவரையும் நேசிக்கிறவன், அந்தப் பெரிய கடவுளைப் பின்தொடராமலிருக்கிறவன், அந்தப் பெரிய கடவுளைக் கண்டடையாமல் தன்னுயிரைக் கண்டடைகிறவன், முதலானோர் எவரும் பாக்கியவான்களல்ல – அவர்கள் மீட்கப் படுவதில்லை என்பதுடன் மற்றவரின் மீட்பிற்கும் வழி சமைப்ப தில்லை.”

“நீதி என்னும் பெரிய கடவுளின் பிரதிநிதியாய் நானிருக் கிறேன். நான் அந்தப் பெரிய கடவுளைப் போற்றுதற்குரிய வனாய், நேசிப்பதற்குரியவனாய் உள்ளேன். என் மகனை அந்தப் பெரிய கடவுளுக்கு மேலாக நேசிப்பதில்லை. மகனை மட்டுமன்றி வேறு எவரையும் நேசிக்கின்றவனில்லை. அந்தப் பெரிய கடவுளின் முன்னிலையில் நேசித்தல் என்பது இரண்டாம் படி நிலைக்கு நகர்த்தப்பட்டுள்ளது. நான் பெரிய கடவுளைக் கண்டடைந்து, பின்தொடர்கிறவனாயுள்ளேன். நான் பாக்கிய வான். என்னால் மற்றவர்களின் மீட்புக்கு வழியமைக்க முடியும். ஏனெனில் நான் மீட்கப்படுவதற்குத் தகுதியுள்ளவனாய்த் தெரிவாகியுள்ளேன்.” அரசன் நிறைவடைந்துள்ள ஆத்மாவாக இருந்தான் – எல்லாம் நிறைவடைந்திருந்தன – அதன் காரண மாகவே இவ்விதம் தெளிவாக அவனால் சொல்லியருள இயலுமா யிருந்தது. யாவரும் சுவாசிக்கும் சத்தத்தையேனும் உணர்த்தாத நிசப்தத்தின் மத்தியில் வீற்றிருந்து செவிமடுத்தனர்.

கோட்பாடு 2

எதுவும் நிலையானதல்ல; நிர்ணயிக்கக்கூடியதல்ல. யாவும் நிலையாமைக்குட்பட்டதாகும். எல்லாம் நிர்ணய மின்மைக்குட்பட்டவையாகும். இவ்விதமாயிருக்கையில் எதுவும் நிலையானதென்றும் நிர்ணயம் செய்யக்கூடியதென்றும் பொய்யான கருதுகோளின் அடிப்படையில் எல்லோரும் இயங்குகின்றதானது எவ்வளவு நகைப்புக்குரியது. இதனால் தான் நான் சொல்கிறேன். ஆன்மாவை எளிமையுடையதாக்கி பாக்கியவான்களாவோம். ஏனெனில் அருளுலகம் எங்களை ஏற்றுக்கொள்ளும். குறிக்கோளற்றுக் குதூகலிக்கும் வாழ்வியலில்

இருந்து விடுதலையடைந்து துயரப்படுவோம். இதனால் பாக்கியவான்களாவோம். ஏனெனில் எங்களுக்கு ஆறுதலளிக்கப்படும். நாங்கள் அந்தரப்படுகின்ற ஆன்மாக்களுக்குச் சாந்தி வழங்கும் தகைமை பெறுவோம். ஏனெனில் சாந்தியளிக்கும் தகைமை பெற்றோர் பாக்கியவான்கள். அவர்களுக்கு மரணமில்லை. அவர்கள் வாழ்வியல் நிலையானது. நாங்கள் ஒவ்வொருவர்மீதும், ஒவ்வொன்றின் மீதும் இரக்கமுள்ளவர்களாயிருப்போம். ஏனெனில் அவர்கள் பாக்கியவான்கள், அவர்கள் இரக்கத்தைப் பெறுவார்கள். உள்ளத்தில் தூய்மையுடையோர் பாக்கியவான்கள். ஏனெனில் அவர்களின் உள்ளத்தில் ஒளியுண்டாகும். அவர்கள் இறைவனைக் காணத் தகுதியுள்ளவர்கள். அன்புதான் நாம் தேடிக் கண்டடைய வேண்டிய இறைவன். நாங்கள் சமாதானப் பணிபுரிவோம். ஏனெனில் நாங்கள் இறைவனின் குழந்தை என்று வழங்கப்படும் தகைமையடைவோம். இதனால் "அன்புதான் இன்ப ஜோதி, அன்புதான் இன்ப ஊற்று, அன்புதான் உலக மகா சக்தி" என அருளிச் செய்து கொண்டிருந்தவன் இளவரசனாயிருக்கவில்லை. இளந்துறவியாகவே திகழ்ந்தான். முகத்திலோ சாந்தி நிலவியது. ஒளி துலங்கியது. அவன் எல்லாம் துறந்து காவி தரித்து நின்றான். அவனது அழகிய இளம் மனைவியோ அலங்காரம் கலைக்காமல் நின்றிருந்தாள். அவள் கண்கள் கலங்கியிருந்தன. அவளது கலங்கிய விழிகளில் கலங்கிய நீரின் பிம்பமாக அவன் வளைந்தும் நெளிந்தும் தெரிந்தான். தெளிவில்லாமல் பனியில் நனைந்த பிம்பமாகத் தெரிந்தான். காவி எல்லா இடமும் ஒழுகியது. அவனது பார்வையில் நனைந்த தூரிகையாய் அவள் இமைகள் தெரிந்தன. நனைந்த தூரிகை வரையக்கூடிய சித்திரங்கள் பற்றியும் தொடர்ந்து சிந்தித்தான். தன் ஆளுமைக்குட்பட்ட தேசம் எதிரே நிற்றலைப்பற்றியும் அப்பால் சிந்தனை தாவிக் குதித்தோடியது. அவன் நிலையற்றவற்றை நிலையானதாகக் கருதிய காலப்பகுதியில் அவன் ஆளுமைக்குட்பட்ட தேசம் திரைகளற்றுத் திறந்து கிடக்கும். தரைத்தோற்ற அம்சங்கள் ஒவ்வொன்றும் தனித்துவம் மிக்கவையாய் அவனுக்குத் தோன்றும். அவன் உள்ளம் துள்ளிக் குதிக்கும். இரு கரங்களால் அவற்றையெல்லாம் ஆளுமைக்குட்படுத்துகையில் கிளர்ந்தெழும் அனுபவம். நிலத்திலிருந்து நீரினை அடைவான். நீரிலிருந்து ஆகாயமடைந்து மிதப்பான். எப்போதும் கால இடைவெளியின்றி நிகழும். ஒவ்வொருமுறையும் ஒவ்வொரு விதமாய் நிலம், நீர், ஆகாயம் . . . ஆனால் இப்போது அவன் நிலையாமையிலிருந்து நிலையான உலகிற்குள் நுழைந்தேவிட்டான். சுற்றுமுற்றும் பார்க்கிறான். தாய், தந்தை என எல்லோரிடமும் நனைந்த தூரிகைகளையே கண்டான். அவன் மகன் அவனையே ஏதும் விளங்காதவனாய்

அண்ணாந்து நோக்கியவண்ணமிருந்தான். இளந்துறவி தன் வழியே நடப்பதற்கு முன்னால் சொல்லியருளுகிறான்: “உங்கள் நனைந்த தூரிகைகள் உலர்ந்துபோகும் முன் அன்பெனும் ஓவியத்தைத் தீட்டுங்கள். ஏனெனில் அன்புதான் இன்ப ஊற்று! அன்புதான் இன்ப ஜோதி! அன்புதான் உலகமகா சக்தி!” பின்னர் அவன் தன் வழியே நடந்துகொண்டிருக்கிறான்.

“அப்படியானால் என் பின்னே வாரும். உமக்குச் சகலமும் நேரில் காட்ட என்னால் இயலும்” அவள் சொல்லிவிட்டுப் பிருஷ்ட பாகத்தை உணர்ச்சிவசப்படுத்தும் விதத்தில் அசைத்து அசைத்து நடக்க, இளந்துறவி பின்தொடர்ந்தான். அவன் பாதங்கள் மணலில் புதைந்து புதைந்து மீண்டன. அவளது பின்புறமும் முலைகள் மலர்ந்திருந்தன. அவளது அசைவுக்கேற்ப அவை யாவும் அதிர்வுக்குட்பட்டன. இளந்துறவி வெள்ளரசின் இலைகள் அசைவதாக எண்ணினான். அவளை அவன் தொடர்ந்து செல்வதைச் சிலர் கண்டனர். கண்டவர்களில் ஒருவன் சொன்னான்: “இவன்கள் எல்லோரும் இப்ப இப்பிடித் தான் தலைகீழா நடக்கிறாங்கள்!” அதைச் செவிமடுத்த இன் னொருவன் சொன்னான்: “உனக்கிது இப்பவே தெரியும் பழைய கதையெல்லே இது. அதுதான் சொல்லுறாங்கள் படிச்சவங்கள். இவங்கள்ல ஒருத்தன் ஆயிரம் மந்திக்குச் சமமாம்”. இளந்துறவி இந்த உரையாடலால் மனம் நொந்துதான் போனான். அவனது நம்பிக்கை சூனியத்தை நோக்கி வேகமாகப் பயணித்தது. அவன் நடந்து சென்றது. அவன் நடந்து சென்ற பாதையின் இருமருங் கிலும் வெள்ளரசுகளைக் கண்டான். அதன் கீழ் தான் அமர்ந் திருப்பதையும் தனக்குரிய சில வசதிகள் வழங்கப்பட்டிருப்பதை யும் கண்டான். அமைதி குலைந்து அலையும் மனிதர்களையும் கண்டான். விடுதலைக்கான வேட்கை அவனிடத்தே எழுந்தது. ஒவ்வாமை மிகுந்த சூழலில் தான் அகப்பட்டுக்கொண்டு தவிப்பதாகவே கருதினான். பூரணச் சந்திரன் தென்படவில்லை. இருள் எங்கும் கவிந்திருந்தது. முன்னால் நடந்தவள் நிழலாகத் தெரிந்தாள். அவள் ஓரிடத்தில் நகராமல் நின்றுகொண்டிருந்தாள்.

வாய்ப்புப் பார்த்தல் (1)

அரசன் முதலில் ஆராய்ச்சி மணியைக் கண்டதும் ஏதேனும் ஒரு பசு அசைத்து அடிக்கக்கூடிய விதத்தில் அமைந்துள்ளதா என்பதை நோக்கினான். அவனது அந்த முதல் நிபந்தனை பூர்த்தியாகியிருந்தது. அடுத்து அவன் ஒன்றுக்கு மேற்பட்ட ஆராய்ச்சி மணிகளைக் கண்டான். அவனுக்கு முதலில் எதுவும் விளங்கவில்லை. எனினும் அவனது முதல் நிபந்தனையைப் பூர்த்திசெய்யும் வகையிலேயே அமைந்திருக்கக் கண்டான்.

எனது கோட்பாடு உயர்ந்த மட்டத்தில் பேணப்படுவதற்கு அடையாளமாக ஆராய்ச்சி மணிகள் நிறுவப்பட்டுள்ளன. அரசன் பெருமிதமடைய முற்படுகையிலேயே பசுக்களைக் கண்டான். தொடர்ந்து பசுக்களின் சார்பில் பேச வல்லோரையும் கண்டான். அந்தப் பசுக்களுக்கெல்லாம் நீதி கிடைக்கும் என்னும் தனது இரண்டாம் நிபந்தனையை முன்வைத்தான். பசுக்களின் சார்பில் பேச வல்லோரை அரசன் அணுகினான். அவர்களிடையே சலசலப்பெழுந்தது. பசுக்கள் அசையாமல் நின்றுகொண்டிருந்தன.

வாய்ப்புப் பார்த்தல் (2)

தன்னை அழைத்துவந்திருந்த பன்முலையாள் ஓரிடத்தில் நகராமல் நின்றதன் காரணமாகத்தான் இளந்துறவியும் நின்றான். அவனுக்கோ எதுவும் விளங்கவில்லை – "ஏன் நின்றுகொண்டிருக்கிறாய்?" என்று அவன் கேட்டான். "சாவடி குறுக்கிடுகிறது." அவள் சாதாரணமாகவே சொன்னாள். அவன் மேலும் குழப்பமடைந்தான். "என்னது சாவடியா?"

"ஆமாம்! சோதனைச் சாவடி! நாங்கள் காலச் சக்கரத்திலேறிப் பயணம் செய்துள்ளோம். காலம் நான்காம் பரிமாணம். நாங்கள் ஒளிக்கற்றைகளைப் பிடித்துக்கொண்டே போய்க்கொண்டிருக்கிறோம். அதனால் கடந்தகாலத்தை நிகழ்காலமாகக் காண்கிறோம். அதனால் சோதனைச் சாவடி குறுக்கிடுகிறது. நிகழ்காலத்தில் அது வெற்றிடமாகவே உள்ளது. கடந்தகாலத்தில் அரசியின் சேவகர்கள் இருந்தார்கள். இப்போது கடந்தகாலத்தை நிகழ்காலமாக நாம் காண்பதால் சோதனைச் சாவடியினுள் அரசியின் சேவகர்கள் உள்ளார்கள். அவர்கள் மக்களை அடையாளப்படுத்திச் சோதனையிட்டு அப்பால் நகர அனுமதித்துக் கொண்டிருக்கிறார்கள்.

"அரசியின் சேவகர்களா? அவர்கள் ஏன் மக்களை அடையாளப்படுத்திச் சோதனையிட்டு அப்பால் நகர அனுமதிக்கிறார்கள்?"

ஆமாம். ஏனென்றால் அரசி மரணபயம் மிகுந்தவளாயுள்ளாள். ஒரு தடவை மரணத்தை நெருக்கமாகச் சந்தித்துள்ளாள். அவளுக்கான மரணத்தை அழைத்துவருவதில் சிலர் முனைப்புடன் உள்ளனர். அந்தச் சிலர் மக்களாகவுமிருக்கலாம் எனக் கருதப்படுவதாலாகும்."

"அரசி?.. மரணபயம் மிகுந்துள்ளவர் எவராயினும் துறவு கொள்வதே தகுந்த மார்க்கமாகும் என்பதை உணரவில்லையா? அல்லது அதை உணரவைக்கும் துறவிகள் இல்லையா...?

"இல்லை. துறவிகள் எவருமில்லை. எல்லோரும் போகங்களுக்குத் திரும்பிவிட்டனர். ஆனால் அடையாளங்களைக் களைந்துகொள்ளாமல் இருக்கின்றனர். அரசியின் குரல் என்பது அவர்களுடையதே."

அவள் சொல்லிக்கொண்டிருக்கும்போதே சாவடிக்குள் கவன ஈர்ப்புக்கான ஒலியெழுகின்றது. இளந்துறவி எட்டிப் பார்க்கிறான். சிங்கமுகத்தோடு மனிதர்கள். அவர்களுக்கு மத்தியில் நிர்வாணமாய்ப் பெண்ணொருத்தி. அப்பால் சிங்க முகத்தோடு இன்னும் சில மனிதர்கள். அவர்களுக்கெதிரே ஆண்களும் பெண்களுமாய் வரிசைகள் தெரிகின்றன. வரிசையில் நிற்போரைச் சிங்கமுகர்கள் தடவிக் கொண்டிருக்கின்றனர் ஆதியோடந்தமாக. இளந்துறவி இன்னும் குழம்புகிறான்.

"பெண்ணே! யாரிவர்கள் சிங்கமுகத்தோடு காட்சி அளிக்கின்றனர்?" பன்முலையுடைய பெண்ணை நோக்கி வினாவெழுப்புகிறான்.

"அவர்கள்தான் அரசியின் சேவகர்கள். சிங்கமுகம் அவர்களுக்கு மகாவம்சத்தினால் அருளப்பட்டதாகும்.

மீளாய்வு

அரசன் நிறைவோடிருந்தான். தனது கோட்பாட்டின் படியே எல்லாம் நிகழுமென நம்பினான். எவர்க்கும் நீதி கிடைக்கும் என்றே எண்ணினான். அவர்கள் தலை மயிர்கள் ஒவ்வொன்றாய் உதிரவாரம்பித்தன. கறுப்பும் வெள்ளையுமான வண்ணங்களில். நீளமாகவும் குட்டையாகவும். ஒவ்வொன்றிலும் நீதிதேவதை தோன்றினாள். அவள் அழுதுகொண்டுமிருந்தாள், சிரித்துக்கொண்டுமிருந்தாள். அவள் கண்களை யாரோ கட்டி வைத்திருந்தார்கள். அரசனின் மூளை மடிப்புகள் குழம்பத் தொடங்கின. அவனது விழிகள் பிதுங்கவாரம்பித்தன. உதடுகள் ஒட்டின. உடல் நடுங்கியது. தலைமயிர்கள் தொடர்ந்து உதிர்ந்தன. கறுப்பும் வெள்ளையுமான வண்ணங்களில். ஒவ்வொன்றிலும் நீதி தேவதை அழுதுகொண்டுமிருந்தாள், சிரித்துக் கொண்டுமிருந்தாள். அவன் சிம்மாசனத்தினின்றும் எழுந்தான் – வெண்கொற்றக் குடை அதிர்வுக்குள்ளானது. செங்கோலை உருவிப் பார்த்தான். அது சற்றே வளைந்திருந்தது. அவன் முதலில் நிகழ்ந்துகொண்டிருப்பது எதுவும் கனவல்லவென்று உறுதிப்படுத்திக்கொண்டான். எங்கும் இருள் சூழ்ந்து மயானமாயிற்று. அவன் சித்த சுவாதீனம் இழந்தவன்போல மிகவும் வேகமாய் நடக்கவாரம்பித்தான். பூனை குறுக்கே ஓடிற்று. சகுனம் பார்க்கவோ அவனுக்கு அவகாசமில்லை. ஆந்தை அலறிற்று. அவன் செவிமடுக்கவில்லை.

புயலென நடந்தான். அரண்மனைக்கு வெளியே புழுதி பறந்தது. மண்துகள்கள் அவன் பிதுங்கிய விழிகளில் விழுந்து உறுத்தின. கண்ணீர் வெளிக் கசியத் தொடர்ந்து நடந்தான். உனது கோட்பாட்டை மீளாய்வு செய்துகொள் என்ற குரல் கேட்டுக் கொண்டேயிருந்தது இடைவிடாமல். காலங்கள் கனவுகளோடு கடந்து சென்றுவிட்டதென உணர்ந்தான். நீதிதேவதையின் பிரதிநிதியாய் நின்று, தான் உருவாக்கிய கோட்பாடு நடைமுறையில் நிலவிவருவதாகவே அவன் எண்ணிக்கொண்டிருந்தான். ஆனால் இப்போது நம்பிக்கையிழந்துவிட்டான். இருப்பினும் தான் உருவாக்கிய கோட்பாடு நடைமுறையிலிருக்க வேண்டுமென்றே விரும்பினான். இப்போது அவன் தலை மயிர்கள் முற்றாய் உதிர்ந்துவிட்டன. அவனைச் சூழவும் எவரோ அழுதுகொண்டும் சிரித்துக்கொண்டுமிருந்தார்கள். தொலைவில் தெரிந்தன தோற்றங்கள். தெரிந்த தோற்றங்களைக் கண்டு நம்பிக்கைகொள்ளவும் செய்தான். முதலில் ஆராய்ச்சி மணியொன்றின் தோற்றமே தெரிந்தது. இன்னும் என் கோட்பாடு நடைமுறையிலுள்ளது எனத் தனக்குச் சொல்லிக்கொண்டான். தொடர்ந்து தெரிந்த தோற்றங்கள் அவன் நம்பிக்கையைத் தகனம் செய்தன.

○

இளந்துறவியின் தியானம் கால எல்லையைக் கொண்டிருப்பதில்லை. தன்னை ஒருபோதும் அவன் நினைவில் வைத்திருப்பதில்லை. ஆனால் அவன் கோட்பாடாகிவிட்டிருந்தான். அவன் முன்பே காலம் சக்கரமாகிச் சுழன்று சுழன்று போயிற்று. அவன் அந்தச் சக்கரம் சுழன்று செல்லும் ஒலியினால் சலனமடையாதிருந்தான். ஆயினும் காலம் அவனைச் சலனத்துக்குட்படுத்தித் தன்னுடன் சுழற்றிச் செல்ல முயன்றுகொண்டிருந்தது. சக்கரம் சலனத்துக்குட்படுத்தும் வகையில் சுழன்று செல்லும் போதெல்லாம் இளந்துறவியின் தியானம் கலைந்துதான் விடுகிறது. இவ்வாறாக இப்போதும் சக்கரம் சலனத்துக்குட்படுத்தும் வகையில் சுழன்று செல்கிறது. கோட்பாடாகிவிட்டிருந்த இளந்துறவி கண்விழிக்கிறான். அவன் எதிரே நிர்வாணமாய் நிற்கிறாள் ஓர் இளம்பெண். அவள் உடலெங்கும் முலைகள் மலர்ந்துள்ளன. அவனுக்கோ ஓர் இளம் பெண்ணுக்கிருக்க வேண்டிய முலைகளின் எண்ணிக்கை பற்றித் தெரிந்திருக்கவில்லை. அவன் வாய் மலர்ந்தான். “அன்புதான் இன்ப ஊற்று, அன்புதான் இன்ப ஜோதி, அன்புதான் உலகமகா சக்தி”. அவன் எதிரே ஒய்யாரமாய் நின்றிருந்தவள் ஏமாந்துதான் போனாள். ஆயினும் சிரித்தாள். அவனது கவனத்தைத் தன்மீது குவிப்பதற்காகச் சிரித்தாள்.

“ஏன் சிரிக்கிறாய்? எல்லாம் துறந்து நிற்கும் உருவே ஏன் சிரிக்கிறாய்?” அவன் சாந்தமாகத்தான் கேட்டான். அவளுக்கோ வெற்றிப் பெருமிதம்.

“இளந்துறவியே எல்லாம் மாறிவிட்டன” குரலில் மயக்கம் காட்டினாள்.

“எது மாறிவிட்டது?” அவன் திகைப்புடன் கேட்டான்.

“எல்லாம் மாறிவிட்டது. உமது கோட்பாடு. உமது வேத வாக்கு. உமது போதனைகள் எல்லாம் மாறிவிட்டன” அதே மயக்கம் காட்டும் குரல்.

“நீ என்ன சொல்கிறாய் உருவே! எனது கோட்பாடு! எனது வேதவாக்கு! எனது போதனைகள்! எல்லாம் மாறி விட்டனவா?”

இளந்துறவி மிகவும் பதற்றமடைந்திருந்தான். அவனால் நம்பத்தான் முடியவில்லை.

“உண்மையில் எல்லாம் மாறித்தான்விட்டன. இங்கே போகத்தில் மிதத்தலே உமது கோட்பாடாகவும் உமது வேத வாக்காகவும் உமது போதனையாகவும் மாறிவிட்டது. இவ் விதம் மாறிவிட்ட கோட்பாடுகளை விளக்குவோர்க்கெல்லாம் தனியே சகல சௌபாக்கியங்களுடனும் பீடங்கள் உள்ளன. இப்போது பீடத்திலுள்ளவர்களே எதிலும் செல்வாக்குச் செலுத் தும் தன்மை வாய்ந்தவர்களாயுள்ளனர். ஆயினும் உமது கோட் பாடுகளை நேசிப்பவர்கள் இருக்கவே செய்கின்றனர். அவர்கள் தான் பிரச்சினைக்குரியவர்களாயுள்ளனர். பீடத்திலுள்ளவர் களை அடிக்கடி விமர்சிப்பவராயுள்ளனர். இப்போதும் நீரும் உமது கோட்பாடும் உம்மையும் உமது கோட்பாட்டையும் நேசிப்பவர்களும்தான் பிரச்சினைக்குரியவர்களாயுள்ளீர்கள். அவள் குரல் குழைவு மேலோங்கியிருந்தது.

“நான் இதை நம்பத் தயாரில்லை பெண்ணே! எதையும் நேரில் பார்த்தாக வேண்டும். அப்போதுதான் நான் நம்பிக்கை யிழப்பேன். அதுவரை நான் நம்பிக்கையுடனேயே இருப்பேன். அன்புதான் இன்ப ஊற்று! அன்புதான் இன்ப ஜோதி! அன்பு தான் உலகமகா சக்தி!” இளந்துறவி எழுந்துவிட்டான். அவனால் இனிமேல் தியானத்தில் அமர்ந்திருக்கவியலாது. அவன் உடல் நடுங்கிக்கொண்டிருந்தது. முகமோ சாந்தியை இழந்துவிட்டது.

மகாவம்சம் எனும் நூலில் குறிப்பிடப்படுவதாவது – “அரசியின் மூதாதையர் சிங்கமுகத்தவராம்.”

“அரசின் சிங்கமுகத்தவளா?” இளந்துறவி விளங்காத் தன்மை யோடு கேட்டான்.

"அரசி மாத்திரமல்ல. துறவிகள் எனப்படுவோரும் சிங்க முகங்களைக் கொண்டுள்ளனர்" பன்முலைப் பெண்ணின் பதில் அவனது விளங்காத் தன்மையை அதிகரிப்பதில் அதிக செல்வாக்கினைப் பெற்றிருந்தது. அவன் மேலும் வினாக்களை யெழுப்புவதில்லை எனத் தீர்மானித்துக்கொண்டான்.

"அப்பால் செல்வோம்" என்றான் இளந்துறவி.

"நான் அப்பால் செல்ல முடியாது. ஏனெனில் என்னை அரசியின் சேவகர்களுக்கு அடையாளப்படுத்திக்கொள்ளத் தயாராக நான் வரவில்லை. நீர் அப்பால் செல்ல இயலும். ஏனெனில் துறவிகள் தங்களை அரசியின் சேவகர்களுக்கு அடையாளப்படுத்த வேண்டியதில்லை. அதனால் நீர் அப்பால் செல்லலாம். அவ்விதம் நீர் அப்பால் செல்கையில் நீண்டு செல்லும் பாதை வழியே சென்றால் அது உம்மை முக்கியப் பீடத்துக்கு இட்டுச் செல்லும். அங்கே உள்நுழைந்தீராயின் எல்லாவற்றையும் கண்டடைவீர்" என்று சொல்லிக்கொண் டிருந்த பன்முலையாள் மரமாகி நின்றாள். அவள் உருவம் நீளத் தொடங்கிற்று. அவளுடம்பில் இருந்த முலைகள் யாவும் நீண்டன. அவ்விதம் நீண்டவை மரக்கிளைகளாயின. இலைகள் துளிர்த்து மெதுவாய் அசைந்தன. இளந்துறவி தன்னெதிரே வெள்ளரசு மரத்தைக் கண்டான். அதனடியில் 'தான்' தியானத் திலிருப்பதையும் கண்டான். அவன் மனம் கலங்கியது. அப்பால் நகரத் தொடங்கினான். தடங்கலின்றி அவன் பயணம் நிகழ்ந் தது. தன் முன் நீளும் பாதை வழியே சித்த சுவாதீனமிழந்த ஒருவனைப் போல நடந்தான். அந்தப் பாதை அவனை முக்கியப் பீடத்தின் வாசலுக்கு இட்டுச்சென்றது.

○

விலகல் (1)

அரசன் அவ்விடத்தை நெருங்கி, "பசுக்களுக்கு நிச்சயம் நீதி கிடைக்குமல்லவா? எனப் பசுக்களின் சார்பில் பேச வல்லோரைக் கேட்டான்.

"அப்படிதான் சொல்லப்பட்டுவருகிறது. ஆயினும் . . ." அவர்கள் மிகுந்த தயக்கம் காட்டினர்.

"ஆயினும் . . ." அரசன் அந்தரப்பட்டான்.

"ஆயினும் முன்னேற்றகரமாக எதுவும் நடந்தேறவில்லை. ஆதியில் மிகப் பலர் காத்திருந்தனர். ஆயினும் முன்னேற்றகர மாக எதுவும் நடந்துவிடவில்லை. காத்திருந்த மிகபலருக்கு இறப்புகளும் நேர்ந்துள்ளன. இப்பொழுது மிகச் சிலரே காத்திருக்

கின்றனர். ஆயினும் முன்னேற்றகரமாக எதுவும் நடந்தேற வில்லை. ஒவ்வொருவர்க்கும் ஒவ்வொரு ஆராய்ச்சி மணி ஒதுக்கப்பட்டுள்ளது. வாக்குறுதிகளும் வழங்கப்பட்டுள்ளன. ஆயினும் . . ." அவர்கள் மிகவும் நொந்து போனவர்களாய்ச் சொல்லிக்கொண்டிருந்தனர்.

விலகல் (2)

முக்கியப் பீடத்தின் வாசலில் வந்து நின்ற இளந்துறவி சூழ்நிலையைக் கவனித்தான். அப்போது அந்திப் பொழுதா யிருத்தல் வேண்டுமென அவனுக்குத் தோன்றியது. அங்கேயும் அவன் வெள்ளரசு மரத்தைக் கண்டான். அதன் நிழலில் இருக்கும் தனது பிம்பத்தையும் கண்டான். சுடர் விட்டெரியும் தீபங்களைக் கண்டான். சுடரின் அலைவுகள் அவன் பிம்பத் தின் முகத்தைச் சலனப்படுத்துவதையும் கண்டான். பீடத்தின் வாசலில் சிங்கமுகக் காவலர்கள் நின்றுகொண்டிருந்தனர். அவர்களைக் கடந்து முன்னேறிச் செல்ல முயன்றான். ஆயினும் அவர்கள் தடுத்து நிறுத்தினர். விசாரணை தொடங்கியது.

"நீங்கள் யார்?"

"நான் இங்குள்ள வெள்ளரசு மரங்களின் கீழ் அமர்ந்துள்ள பிம்பங்களுக்கு மூலம். நான் ஒரு கோட்பாட்டாளன். விலகலைக் கண்டறிய வந்துள்ளேன்."

"எங்களுக்கு விளங்கவில்லை. அதனால் எங்களுக்கு விளங்கும் வகையில் பதிலளிக்கும்படி வேண்டப்படுகிறீர்கள்..."

"நான் ஒரு துறவி. காலச் சக்கரத்துடன் சுழன்றுவந்துள் ளேன். ஒரு பெண்ணைப் பின்தொடர்ந்து இங்கே வந்துசேர்ந்தேன். அவள் இரண்டுக்கு மேற்பட்ட முலைகளைக் கொண்டிருந் தாள். அவள் சாவடிக்கு முன்பாக வெள்ளரசு மரமாகி விட்டாள். அந்த மரத்தினடியிலும் என் பிம்பம் உள்ளதைக் கண்டேன். சாவடியில் என்னை எவரும் தடுத்து நிறுத்தவில்லை."

"எங்களால் நீங்கள் ஒரு துறவி என்பதை நம்ப முடியா துள்ளது. தவிரவும் நாங்கள் துறவிகள் எவரையும் தடுத்து நிறுத்துவதில்லை. மேலும் எங்களுக்கு விளங்கும் வகையில் பதிலளிக்கவும் தவறியுள்ளீர்கள். அத்தோடு ஒரு துறவிக்குரிய தோற்றப்பொலிவு உங்களிடமில்லை. நீங்கள் பரதேசி போலிருக் கிறீர்கள். எனவே எங்களுக்கு விளங்கும் வகையில் பதிலளிக்கும் வரை உட்பிரவேசிக்க அனுமதி மறுக்கப்பட்டுள்ளது."

துறவிக்கோ அவர்களுக்கு விளங்கும் வகையில் பதிலளித்தல் சாத்தியமற்றதெனத் தோன்றியது. அவனுக்கு அப்போது அந்த

இடம் அரண்மனையாகத் துலங்கியது. வழிதவறி வந்துவிட்டோம் என்று நினைத்தான். பீடத்தினுள்ளே செல்லும் படிக்கட்டுகள் நீண்டு சென்றன. படிக்கட்டின் இருமருங்கும் சிங்கங்கள் வாளேந்தி நின்றன. நடுவே வெண்தாமரைகள் இதழ்விரித்திருந் தன. உண்மையில் வழிதவறித்தான் வந்துவிட்டோம் எனத் திரும்பவும் நினைத்தான். வந்த வழியே திரும்பி நடந்தான்.

துறவி திரும்பி நடக்கும் வழியில் முரண்பாடான காட்சி களைக் கண்டான். வெள்ளரசு மரங்கள் மூளியாய் நின்றன. அவற்றினடியில் தலைகீழாக அவனுருவமிருந்தது. வானம் அந்தரத்தில் தொங்கியது. பூரணச் சந்திரன் அரைவட்டமாய் முகிலினுள் சோம்பிக்கிடந்தது. அவனுக்கோ எங்கே செல்வது என்பது தெரிந்திருக்கவில்லை. ஆயினும் நடந்து கொண்டு தானிருந்தான். வானம் முன்பைவிடத் தாழ்வாகத் தொங்கத் தொடங்கியிருந்தது.

தொங்கத் தொடங்கியிருந்த வானத்தில் துண்டு துண்டாகக் காட்சிகள் தெரிந்தன. பீடத்தின் நீளமான படிக்கட்டுகள் வழியே அவன் மேலேறிச் சென்றுகொண்டிருந்தான். இருமருங் கும் அவன் பிம்பம் தலைகீழாகப் பொருத்தப்பட்டிருந்தது. அவன் பீடத்தினுள் நுழைந்துவிட்டான். அங்கே அவனைப் போன்ற துறவிகள் இருந்து ஓதிக்கொண்டிருந்தனர்.

எமக்கான ஆபத்து தேடிவருகிறது!
நாங்கள் சாந்தியை நிலைநாட்டுவோம்!
நாங்கள் உன்னதமானவர்கள். மறைவிலிருப்போம்!
எமக்கு அடைக்கலம் தேவைப்படுகிறது!
வேடனுடைய கண்ணியிலிருந்தும்
பாழாக்கும் கொள்ளை நோயிலிருந்தும்
நாம் தப்புவோம், மற்றவரையும் தப்புவிப்போம்
எமக்கான ஆபத்து தேடிவருகிறது!
சிங்கத்தின் மீது சர்ப்பம் உள்ளது!
நாங்கள் சர்ப்பத்தைக் கொல்லுவோம்!
சிங்கத்தை மீட்போம்!
சண்டை செய்வோம்! என்றும் சண்டை செய்வோம்!
சண்டை செய்துதான் சாந்திபெறலாம் – எனவே
நாங்கள் சாந்தியை நிலைநாட்டுவோம்.

இளந்துறவி செவிகளை இறுகப் பொத்திக்கொண்டு அப்பால் நகருகிறான். சாளரம் தென்படுகிறது. அது தாமரைப்பூ வேலைப்பாடுகளமைந்த சாளரம். தாமரைப்பூவின் மீது, தலை கீழாய் அவனது பிம்பம். சாளரம் திறந்தே கிடக்கிறது. உள்ளே நோக்குகிறான். நெருப்பெரிந்து கொண்டிருக்கிறது. சுவாலை களின் பெருமூச்சு சாளரத்தின் வழியே இடைக்கிடையே

வெளிப்பட்டு அவன் தோலைக் கருக்குகிறது. அவன் ஒடுங்கு கிறான். எரியும் நெருப்புக்கு நடுவே பஞ்சணை அமைந்துள்ளது. பஞ்சணை அரசிலை வடிவாயுள்ளது. அதன் கால்களாயுள்ளவை அவனது தலைகீழ் பிம்பங்கள். பஞ்சணைமீது பொதுமையான சிரசுடன் ஈருடல்கள் புணர்ச்சியில் ஈடுபட்டுள்ளன. அவற்றில் அனுங்கல்களையும் அவன் தெளிவாகக் கேட்கும் வல்லமை பெற்றுள்ளான். அவை இடைக்கிடை கதைத்துக்கொண்டு மிருக்கின்றன.

எல்லோரும் வணங்கும் என் தலைவனே! உமதுதயவு
எந்தனுக்கு என்றும் வேண்டும். நான் என்றென்றும் சகலமும்
பெற்று இதேபோல் விளங்க வேண்டும்.

சாந்தியின் தேவதையாய் அறிமுகமானவளே! எமது தயவு
உந்தனுக்கென்றுமுண்டு. சிங்கத்தின் மீது சர்ப்பமுள்ளது.
அந்தச் சர்ப்பமானது சிங்கத்தை விழுங்கிவிடத்
தயாராயுள்ளது!
நாங்கள் சர்ப்பத்தைக் கொன்று சிங்கத்தை மீட்போம் –
ஆதலால்
சமர்புரிவோம். சமர்புரிவதன் மூலமே சாந்தி கிட்டும்
என்பதைத்
திரும்பத் திரும்பச் சொல்லிக்கொண்டிரு. நாங்கள்
கோட்பாட்டை
சிரத்தில் வைப்போம், ஆயினும் தொடர்ந்து
புறக்கணிப்போம்
அதுவே எமக்கெல்லாம் நன்மை பயக்கக்கூடியது.

இளந்துறவி கண்களை மூடிக்கொண்டே அப்பால் நகர்ந் தான். அவன் தட்டையான உலகின் விளிம்புக்கு வந்துவிட்டான்.

விளைவுகள்

அரசனின் கையிலிருந்த கவனிப்புக்குரிய செங்கோல் அனலெனத் தகித்தது. அவன் அதை உடனடியாக நழுவவிட் டான். அது நிலத்தில் விழுந்ததும் எரியத் தொடங்கியது. சுவாலை வானளாவ உயர்ந்துகொண்டிருந்தது. அதனூடே உருவங்கள் தெரிந்தன. எல்லா உருவங்களுக்கும் கழுத்துகள் முறிந்திருந்தன. கைகள் கட்டப்பட்டிருந்தன. அவை யாவும் மேலெழுந்து சென்று கொண்டிருந்தன. அவற்றின் மேலெழுச்சியைக் கண்டு ஆரவாரித்து ஆடிக்கொண்டிருந்தது ஓர் உருவம். விரிந்த சடை, வளைந்த கொம்புகள், மண்டையோட்டு மாலை என எல்லாமுமாகிக் கூத்தாடிய அந்த உருவம் தலையை எட்டுத் திக்கும் சுழற்றிக் கொண்டேயிருந்தது.

சூரியன் நொறுங்கிக்கொண்டிருந்தான். மேலும் மேலும் அனல் கசிந்துகொண்டேயிருந்தது. அரசன் பொசுங்கிக்கொண் டிருந்தான். அவன் விழிகள் வெளித்தள்ளி விழுந்துவிடத் தயாரா யிருந்தன. அந்நிலையிலும் பசுக்கள் விழுந்து இறந்துகொண்டிருப் பதை அவன் கண்டுகொண்டிருந்தான். பசுக்களின் சார்பில் பேசவல்லோர் தொடர்ந்து குரல் கொடுத்ததையும் கேட்டுக் கொண்டிருந்தான். அவன் கிரீடம் கழுகாக மாறிப் பெருஞ் சப்தமெழுப்பிப் பறந்துகொண்டிருந்தது.

○

தட்டையான உலகத்தின் விளிம்பில் நின்றுகொண்டிருந்த இளந்துறவியின் முன்னே ஒரு சுவர் வளர்ந்துகொண்டிருந்தது. அது முதலில் வெண்ணிறமாய் இருந்தது. அது கண்டு அவன் மகிழ்வுற்றான். ஆயினும் அவன் மகிழ்ச்சி நெடுநேரம் நீடித்திருக்க வில்லை. வெண்ணிறம் சிவப்பாகிக் கொண்டிருந்தது. அதிலே சிங்கமுகம் தோன்றியது. சுவர் முழுவதையும் ஆக்கிரமித்துக் கொண்டிருந்தது சிங்கமுகம். அதன் முன்னிலையில் மனித முண்டங்கள் குவிக்கப்பட்டிருந்தன. “தலைகளையும் சிங்கந் தான் பிடுங்கித் தின்றிருக்க வேண்டும்” என்று அவன் நினைத்துக் கொண்டான். சிங்கம் அவனை வெறியுடன் பார்த்துக் கர்ஜித்தது. அவன் பயமடைந்தான். பின்னேறத் தொடங்கினான். சிங்கம் வாயைத் திறந்து கொட்டாவி விடவும் செய்தது. அப்போது தனது உருவம் அதன் வாயினுள் இருப்பதைக் கண்டான். அது திரும்பவும் கர்ஜித்தது. தொடர்ந்து அவனை நோக்கி முன்னேறியது. அவன் ஓடத் தொடங்கினான். சமநிலையற்றிருந்தது அவன் ஓட்டம். சிங்கத்தின் அனல்மூச்சு அவன் பிடரியில் தெறித்தது. அவன் ஓடிக்கொண்டிருந்த வழியின் இருமருங்கும் பிணங்கள் குவிந்துகிடப்பதையும் எலும்புந்தோலுமான உருவங் கள் பெருமளவில் நடமாடுவதையும் கூன் விழுந்தோர் பலர் படுத்திருப்பதையும் கண்டான். கடந்துசெல்லும் அரசமரங்களில் வௌவால்கள் தொங்கின. கழுகுகள் கூடுகட்டிக் குஞ்சு பொரித் திருந்ததையும் அவனால் பார்க்க முடிந்தது. அவன் தட்டை யான உலகின் அடுத்த விளிம்பை இலக்குவைத்துத் தலை தெறிக்க ஓடிக்கொண்டிருந்தான். ஆயினும் அவன் மரணமடை வதற்கான சமநிலையைத் தான் எய்தியிருப்பதை உணர்ந்தான்.

மரணம் (1) – (சிறுகுறிப்புகளாக வரிசைப்படுத்தப் பட்டுள்ளது.)

மரணம் (1) என்பது கோட்பாடு (1) இன் வலுவிழப்பினையே கருதுகின்றது.

அரசன் என்பவன் இறந்துவிட்டான்.

அரசனின் மரணம் பற்றிய ஓர் அறிக்கை கட்டாயமாகச் சமர்ப்பிக்கப்படல் வேண்டுமென அதிகாரத்திலுள்ளோர் பணித்திருந்ததன் பெயரில் "இனங்காணப்படாத ஒருவனின் மரணம் பற்றிய அறிக்கை" எனும் தலைப்பில் அது சமர்ப்பிக்கப்பட்டது. அது பின்வரும் விடயங்களை உள்ளடக்கியிருந்தது.

(அ) இனங்காணப்படாத ஒருவன் சுயமாக மரணத்தை வரவழைத்துள்ளான்.

(ஆ) ஆராய்ச்சிமணிகள் அமைக்கப்பட்டிருந்த இடமே மானத்திற்கான களமாயமைந்துள்ளது.

(இ) இனங்காணப்படாத ஒருவன் எவ்வாறு சுயமாக மரணத்தை வரவழைத்திருந்தான் எனில்

(i) ஆராய்ச்சிமணியை அடிக்க உதவும் கயிற்றைப் பயன்படுத்தி,

(ii) ஆராய்ச்சிமணி பொருத்தப்பட்டிருக்கும் நடுத்தாங்கி மரத்தில் கயிற்றைப் பிணைத்து,

(iii) தனது கழுத்தின் பரிதிக்குப் பொருந்தும் வகையில் கழுத்தினுள் சுருக்கை நுழைத்து அந்தரத்தில் தொங்கியுள்ளான்.

(iv) அவனது குரல்வளை ஒரு கோழிமுட்டை உடைந்தது போல் உடைந்தவுடன் மரணம் சம்பவித்துள்ளது.

(v) இனங்காணப்படாத ஒருவன் சித்த சுவாதீனமிழந்தவனாக இருந்துள்ளான்.

மரணம் (2) – (சிறுகுறிப்புகளாக வரிசைப்படுத்தப் பட்டுள்ளது.)

மரணம் (2) என்பது கோட்பாடு (3) இன் வலுவிழப்பினையே கருதுகின்றது.

இளந்துறவி என்பவன் இறந்துவிட்டான்.

அரசனின் மரணம் பற்றிய ஓர் அறிக்கை கட்டாயமாகச் சமர்ப்பிக்கப்படல் வேண்டுமென அதிகாரத்திலுள்ளோர் பணித்திருந்ததன் பெயரில் "இனங்காணப்படாத ஒருவனின் மரணம் பற்றிய அறிக்கை – 2" எனும் தலைப்பில் அது சமர்ப்பிக்கப்பட்டது. அது பின்வரும் விடயங்களை உள்ளடக்கியிருந்தது.

(அ) இனங்காணப்படாத ஒருவன் சுயமாக மரணத்தை வரவழைத்துள்ளான்.

(ஆ) வழமையில் வௌவால்கள் தொங்கிக் கொண்டிருக்கும். கழுகுகள் கூடமைத்து முட்டையிட்டுக் குஞ்சு பொரித்

திருக்கும். வெள்ளரசு மரமொன்றின் வலுவான கிளையில் தனது காவியுடையைக் கயிறாகத் திரித்துப் பிணைத்துத் தனது கழுத்தின் பரிதிக்குப் பொருந்தும் வகையில் கழுத்தினுள் சுருக்கை நுழைத்து அந்தரத்தில் தொங்கியதால் அவனது குரல்வளை ஒரு கோழிமுட்டை உடைந்தது போல் உடைந்தவுடன் மரணம் சம்பவித்துள்ளது.

(இ) இனங்காணப்படாத ஒருவன் சித்த சுவாதீனமிழந்த இளந்துறவியாவான்.

பிற்சேர்க்கை

வாசுவும் நானும் போய்க்கொண்டிருந்தோம். எங்களுக்குக் கால்கள் இல்லை. முச்சக்கர வண்டிகள்தான் எங்களது போக்குவரத்துச் சாதனங்களாயிருந்திருக்க வேண்டும். வீதியில் எங்களைப் போல நிறைய பேர் போய்க்கொண்டிருந்தனர். புகைபடிந்த உருவங்களாக, அனல் பாய்ச்சியது காற்று. நாங்கள் வேகமாகப் போய்க்கொண்டிருந்தோம். வாசு சொன்னான்: "மானைக் காப்பாற்றியவர் மரணித்துவிட்டார்." எனக்கு எதுவும் விளங்கவில்லை. வழிநெடுகிலும் குறைபாடுடைய மனிதர்களைக் காண முடிந்தது. ஒன்றுக்கு மேற்பட்டோர் இறந்திருக்கக்கூடும் என நான் எண்ணினேன். சூழ்நிலை இறுக்கமடைந்துகொண்டிருந்தது.

◎

இலங்கைப் பரீட்சைத் திணைக்களம் /
Department of Examination Sri Lanka

நிர்வாக சேவைப் பொதுத் தேர்வு

மாதிரி வினாத்தாள்

அரசியல் விஞ்ஞானம் (I)

சாக்கோவின் சிந்தனைகள்

மூன்று மணி

பகுதி ஒன்று

எல்லா வினாக்களுக்கும் விடையளிக்குக.

1. பின்வருவனவற்றுள் சாக்கோவின் சிந்தனைக் கைநூலைப் பற்றிய மிகப் பொருத்தமான கூற்று எது?

அ) சாக்கோவின் சிந்தனைக் கைநூல் ஒரு மத நூலாகும்.

ஆ) சாக்கோவின் சிந்தனைக் கைநூல் என்பது சிறுவர்களுக் கான ஒரு சித்திரக் கதைப்புத்தகமாகும்.

இ) சாக்கோவின் சிந்தனைக் கைநூல் என்பது சாக்கோவினது தேர்தல் விஞ்ஞாபனமாகும்.

ஈ) சாக்கோவின் சிந்தனைக் கைநூல் என்பது சாக்கோ எழுதிய மர்ம நாவல்களில் ஒன்றாகும்.

உ) சாக்கோவின் சிந்தனைக் கைநூல் என்பது மேற்கூறிய எதுவுமில்லை.

2. மக்கள் சகலரும் கேட்க முனையும் கேள்வி பின்வருவனவற்றுள் எது?

அ) படைக்கலங்களின் உரையாடல் தொடங்கிவிட்டதா?

ஆ) வாய்மொழி உரையாடல் என்பது நடைமுறையி லுள்ளதா?

இ) சமகாலத்திலுள்ள கடவுளர் எண்ணிக்கை யாது?

ஈ) சாக்கோவின் சுவாசம் அவன் சிந்தனைகள் மீதிருப்பது மெய்தானா?

உ) சாக்கோவின் சிந்தனைக் கைநூலிலுள்ள அறிமுக வாக்கியங் களிலுள்ள அறிமுக வாக்கியங்களை எழுதியிருப்பவர் சாக்கோவா?

3. பின்வருவனவற்றுள் செம்மையான வாக்கியம் எது?

அ) படைக்கலங்கள் முனைப்புடன் உரையாடத் தொடங்கினால் பாதுகாப்பு நோக்கம் கருதி எந்த அறைக்குள் நுழைந்து தாழிட்டுக்கொள்வதென எம்மால் தீர்மானிக்க இயலாது.

ஆ) சமகாலத்தின் கடவுள் தனது படைக்கல மாடங்களை அகலத் திறந்து சீற்றத்தின் படைக்கலங்களை வெளிக் கொணரத் தொடங்கியதும் நில வழி தாழிடப்படுகின்றது.

இ) படைக்கலங்களின் உரையாடுதலுக்கான சாக்கோவின் சிந்தனைகள் வெற்றிலைகளில் எழுதப்பட்டிருப்பதால் வெற்றிலையொன்றின் விலை ஐந்து மடங்காக உயர்ந் துள்ளது.

ஈ) சாக்கோவின் சிந்தனைக் கைநூலிலுள்ள பக்கங்களின் எண்ணிக்கை 300.

உ) சாக்கோவின் சிந்தனைகள் கைநூல் வடிவில் வெளிவந் திருக்கும் தகவல் தெரிவிக்கப்படுவதால் அறைகளுக்குள் பதுங்கியிருப்பவர்கள் உடனடியாக வெளியேறுவது சாத்தியமில்லை.

4. சமகாலத்திலிருக்கும் கடவுளின் சுவாசம் சாக்கோவின் சிந்தனை மீதுள்ளதால் யாது நிகழும்?

அ) கடவுள் சாக்கோவின் சிந்தனைக்கு அருட்பொழிவு செய்கிறார்.

ஆ) கடவுள் ஆன்மாக்களுக்கு நற்செய்தியைத் தெரிவிப்பதால் சிறைப்புகுதலே பாதுகாப்பளிக்கும்.

இ) விழித்தெழமாட்டாதவர் விழித்தெழுவர் எனக் கடவுள் முழங்குவதால் ஒடுங்குவோர் நிலையாகவே ஒடுங்குவர்.

ஈ) கடவுள் அருள் தருங்காலத்தை முழங்கித் தெரிவிப்பதால் சாக்கோவின் சிந்தனை அதிவிரைவில் காலாவதியாகாது.

உ) மேற்கூறிய யாவும் நிகழும்.

5. சாக்கோவின் சிந்தனைக் கைநூலிலுள்ள அறிமுக வாக்கியங்களை அருளியவர் பின்வருவோருள் யாராகலாம்?

அ) அரம்புக்கலியன் ஆ) சமரகேசரி

இ) கோகர்ணன் ஈ) சாக்கோ

உ) மேற்கூறிய எவருமல்ல

6. வாளேந்தும் கேசரியை எதையிழைத்தும் பேணக்கடப்பட்டு பெருங் கூத்து நிகழ்த்த வேண்டியிருப்பதேன்?

அ) அரசகேசரி பாழினி என்றொரு அரக்கியைப் புணரப் பிறந்தவர் மரபில் தோன்றியவன் சாக்கோ.

ஆ) சாக்கோ ஒரு மீசை அடர்ந்த கேசரி

இ) சாக்கோ விலங்கினியல்புகள் மிகப்பெற்றுள்ளவன்

ஈ) வெற்றிலையில் கேசரி வாளேந்துகிறது

உ) விசேட காரணமேதுமில்லை

7. படைக்கலங்களின் உரையாடலுக்கானதொரு நியமவடிவம் எதுவாகும்?

அ) 1956×10^{32} ஆ) 1958×10^{23}

இ) 1983×10^{23} ஈ) 110806×10^{23}

உ) படைக்கலங்களின் உரையாடலுக்கென நியம வடிவேதுமில்லை.

8. படைக்கலங்கள் உரையாடும் காலம் மகத்துவமானது எனக் குறிப்பிடப்படுவது.

அ) மாமிசவுண்ணிகளுக்கு அரிய வாய்ப்பாக அமைவதால்

ஆ) குருதிக்காகத் தாகித்திருந்த புலத்தில் மட்டுமல்லாமல் எங்கிலும் குருதிபரவுவதால்

இ) விதியின் கடவுளர் தோன்றி படைக்கலங்களால் உயிரிகளை ஆசீர்வதிப்பதால்

ஈ) உயிரிகள் தங்களின் வாழுங்கால அளவைக் கனவு காணாதிருப்பதால்

உ) உயிரிகளின் வாழுங்கணம் இமைப்பொழுதில் தீர்ந்து போவதால்

9. விதியின் கடவுள் என்பது யாரைக் கருதும்?

அ) யாதாவது உயிரியின் வாழுங்கணத்தைப் படைக்கலங்களால் தீர்மானிக்கும் கருணைக்குத் தொலைவானவர்.

ஆ) நிணமும் கொழுப்பும் அருந்தினாலன்றி விடாய் அடங்காதவர்.

இ) படைக்கலங்களைப் போற்றுவதால் மட்டுமே ஆனந்தக் களிப்புக்குள்ளாகும் உதடுகளைக் கொண்டிருப்பவர்.

ஈ) உயிர்களினது கழிவகற்றுதலைக்கூட நெருக்கமாக அவதானிப்பவர்.

உ) சாக்கோ, அரம்புக்கலியன், மாலினிரிஷி, கோகர்ணன், சமரகேசரி ஆகிய ஐவர் உள்ளடங்கிய குழு.

10. சர்வவல்லமை பொருந்திய விதியின் கடவுளர் யார்?

அ) கைவசமிருக்கும் படைக்கலத்தின் வழியே ஆகக் கூடுதலான உயிரிகளை ஆசீர்வதிப்பவர்.

ஆ) தலைகீழாக உறங்குபவர்.

இ) வாயினால் கழிவகற்றி குதத்தினால் அருந்துபவர்

ஈ) வாயினால் புணர்ந்து குதத்தினால் சுவாசிப்பவர்

உ) கைகளால் நடந்து கால்களால் எழுதுபவர்

11. படைக்கலங்கள் முனைப்புடன் உரையாடத் தொடங்கியதும் அருகிப்போகும் வினாவாக்கியத் தொகுதி பின்வருவனவற்றுள் எது?

அ) ஏன்? எதற்கு ஆ) எப்போது? எப்படி? எங்கே?

இ) என்ன? எது ஈ) யார்? எப்போது?

உ) யார்? ஏன்?

12. படைக்கலங்கள் முனைப்புடன் உரையாடத் தொடங்கினால் முக்கியத்துவம் பெறும் வினாவாக்கியத் தொகுதி பின்வருவனவற்றுள் எது?

அ) ஏன்? எதற்கு ஆ) எப்போது? எங்கே? எப்படி?

இ) என்ன? எது? ஈ) யார்? எப்போது?

உ) யார்? ஏன்?

13. அரசியல் விஞ்ஞானத்தில் உருவாகும் சிந்தனையொன்றின் ஆகக் கூடிய பிரயோகந்தரும் காலப்பகுதி எது?

அ) 12 நாள்கள் ஆ) 12 மாதங்கள் இ) 12 வருடங்கள்

ஈ) 12 கிழமைகள் உ) 12 நிமிடங்கள்

14. சாக்கோவின் சிந்தனைக்கான மூலவர்ணம் *(pure colour)* பின்வருவன வற்றுள் எது?

அ) நீலம் *ஆ) பச்சை* *இ) சிவப்பு*

ஈ) வெள்ளை *உ) ஊதா*

15. சாக்கோ தன்னைப் பின்வருவனவற்றுள் எந்த விலங்காக உருவகிக் கிறான்?

அ) சிங்கம் *ஆ) தேவாங்கு* *இ) கபரக்கொயா*

ஈ) யானை *உ) பறக்கும் அணில்*

16. நிகழ்வது உண்மையில் படைக்கலங்களின் உரையாடல் அல்லது இது ஒரு தற்காப்பு நடவடிக்கை மாத்திரமே. அதாவது வாய்மொழி மூலமான உரையாடலைப் பாதுகாக்கவும் அதைத் தொடர்ந்து பேணவு மான நடவடிக்கை மட்டுமே. இந்நடவடிக்கைகளின் போது யாராவது பாதிக்கப்பட்டால் அவர்கள் யார்? எவர்? என்பது முக்கியமில்லை இவை தவிர்க்கப்பட முடியாதவை. இம்மகாவாக்கியம் யாரால்? யாருக்கு? எத்தருணத்தில்? விளம்பப்பட்டது.

அ) சாக்கோவினால் அரம்புக்கலியனுக்கு இணைந்து கழிவகற்றும்போது

ஆ) அரம்புக்கலியனால் சாக்கோவிற்கு இணைந்து கரமைதுனம் செய்யும்போது

இ) மல்வியால் கோகர்ணனுக்கு ஒத்தபால் கலவியின்போது

ஈ) சாக்கோவினால் வாளேந்திய சிங்கத்திற்குக் கலவியில் ஈடுபடும்போது

உ) மல்வியால் கபரக்கொயாவுக்கு இணைந்து கழிவகற்றும்போது

17. தற்காப்புக்காகப் படைக்கலங்கள் உரையாடுகின்ற சூழலில் பாதிக்கப் பட்டவர்களை ஆண்கள், பெண்கள் என்று நோக்கவியலாது அவர்கள் கொண்டுள்ள நோக்கம் என்ன? என்று தான் நோக்குதல் வேண்டும். இம்மகாவாக்கியம் சாக்கோவின் சிந்தனையில் எத்தனையாவது ஏற்பாடாகும்?

அ) 5 *ஆ) 7* *இ) 6* *ஈ) 12* *உ) 24*

18. வாளேந்திய சிங்கம் ஓர் இளவரசியைப் புணரத் தோன்றியவன் வழித்தோன்றல்கள் நாம். எனவே சிங்கம் எங்கள் தேசியமாகும். ஆதலால் தேசியப் பாதுகாப்பிற்காகப் படைக்கலங்களால் உரையாடுவதே எமக் குள்ள மாற்றுவழியாகும் எனும் இவ்வாக்கியத் தொடரை எவ்வாறு மதிப்பிடுவீர்?

அ) மிகப்பலவீனமானது வெளிப்படுத்தியவன் ஒரு முழுக் கோமாளி

ஆ) பலவீனமானது எனினும் வெளிப்படுத்தியவன் முழுக் கோமாளியல்ல

இ) ஓரளவு பலவீனமானது வெளிப்படுத்தியவன் புத்திக் கூர்மையானவனல்ல

ஈ) அரசியல் முக்கியத்துவம் வாய்ந்தது வெளிப்படுத்தியவன் சமகாலக் கடவுள்

உ) அரசியல் முக்கியத்துவமற்றது எனினும் வெளிப்படுத்தியவன் சமகாலக் கடவுள்

19. பின்வரும் வாக்கியங்களுள் மிகச்சரியான மகாவாக்கியம் எது?

அ) சகல நடவடிக்கைகளும் பாதுகாப்பு நோக்கங்கருதியவை

ஆ) சாக்கோவின் சிந்தனைக் கைநூலை வாசித்தவர் அனைவரும் மறைந்துபோன உருக்களாயினர்

இ) தேசத்தைக் கட்டியெழுப்பக் கிடைத்துள்ள ஒரே மாற்று வழி சாக்கோவின் சிந்தனைகளே

ஈ) உயிரிகளை நெருக்கடிக்குள்ளாக்குவதன் மூலம் தேசத்தைக் கட்டியெழுப்பலாம்.

உ) உயிரிகளை மழையில் நனைத்து வெயிலில் உலர்த்துவதன் மூலம் தேசத்தைப் பாதுகாக்கலாம்.

20. சாக்கோவின் சிந்தனைக் கைநூலைத் திறனாய்வோர் அதை ஏன் ஒரு கைநூலாகக் கருதத் தயங்குகின்றனர்?

அ) அதைக் கைநூலாகக் கருதுவது தேசத் துரோகமாகும்

ஆ) அது கைநூலொன்றுக்கான பக்கங்களின் நியம அளவினைப் பத்துமடங்கால் மீறியுள்ளது.

இ) மதகுருமார் இதைவாசித்து முடித்ததும் கரமைதுனத்துக்குத் தயாராகிவிடுகின்றனர்.

ஈ) சாக்கோவின் சிந்தனைக்கான பொழிப்புரைகள் ஏதும் இதுவரை வெளியாகவில்லை.

உ) மேற்கூறிய காரணங்களில் எதுவுமில்லை.

பகுதி இரண்டு

ஏதேனும் ஐந்து வினாக்களுக்கு விடை தருக.

1. பின்வரும் செய்தி உருக்களை *(news images)* கூர்ந்து அவதானித்துப் பொருத்தமான தலைப்புகளுக்கு மாற்றிப் பரபரப்பான செய்தியறிக்கைகளைத் தயாரிக்குக.

(i) உரு (a) அடையாளந்தெரியாத நபர்களால் புரசு சுட்டுக்கொள்ளப்படல் பொதுவான சாத்தியங்கள்

அ) பால்நிலை புரசு ஆண் அல்லது பெண்

ஆ) சுட்டுக்கொல்லப்பட்ட காலம்: நேற்று அல்லது நேற்று முன்தினம்

இ) சுட்டுக்கொல்லப்பட்ட நேரம்: முற்பகல் – நண்பல் – பிற்பகல் – மாலை – இரவு

ஈ) சுட்டுக்கொல்லப்பட்ட இடம்: வீதி – சந்தை – வீடு – பொருத்தமான எந்த இடமும்

உ) சுட்டுக்கொல்லப்படக் காரணம்: சிறப்பாக எதுவுமில்லை

(ii) உரு (b) தலை துண்டிக்கப்பட்ட நிலையில் மீட்கப்பட்ட உடலம் பரசுவுடையது என அடையாளங் காணப்படல் பொதுவான சாத்தியங்கள்

அ) பால்நிலை: புரசு ஆண் அல்லது பெண்

ஆ) தலை துண்டிக்கப்பட்ட நாள்: உடல் மீட்கப்பட்ட நாளுக்கு முன்னுள்ள ஏதாவது பொருத்தமான ஒரு நாள்

இ) உடலம் மீட்கப்பட்ட நாள்: செய்தியறிக்கை வெளிவரும் தினத்திற்கு முன்னுள்ள எந்நாளாகவும் அமையலாம்.

ஈ) தலை துண்டிக்கப்பட்ட இடம்: தலை துண்டிக்கப் பொருத்தமானதெனத் தெரிவுசெய்யப்பட்ட எந்த இடமாகவுமிருக்கலாம்.

உ) உடலம் மீட்கப்பட்ட இடம்: பாழடைந்த வீடு – கிணறு – பொதுப் போக்குவரத்துக்கு அனுமதிக்கப்படாதிருக்கும் வீதி

ஊ) உடலம் மீட்கப்பட்ட நேரம்: முற்பகல் – நண்பகல் –பிற்பகல் – மாலை – இரவு

எ) தலை துண்டிக்கப்படக் காரணம்: சிறப்பாக எதுவுமில்லை.

(iii) உரு (c) பாழ்மனையொன்றிலிருந்து உருக்குலைந்த நிலையில் சடலமாக மீட்கப்பட்ட இளம் யுவதியின் பெயர் புரசு.

(iv) உரு (d) பாழ்மனையொன்றிலிருந்து உருக்குலைந்த நிலையில் மீட்கப்பட்ட புரசு எனும் இளம் யுவதி பாலியல் வன்புணர்ச்சியின் பின்னர் கழுத்து நெரித்துக் கொல்லப்பட்டார்.

பொதுவான சாத்தியங்கள் (உரு (c), உரு (d) தொடர்பானவை)

(அ) புரசு எனும் யுவதியின் சடலம் மீட்கப்பட்ட நேரம்: முற்பகல் அல்லது நண்பகல் அல்லது பிற்பகல்

(ஆ) புரசு என்ற யுவதியின் சடலம் மீட்கப்பட்ட நிலை: உருக் குலைந்த நிலையில் நிர்வாணமாக அல்லது அழுகிய நிலையில் நிர்வாணமாக அல்லது உருக்குலைந்து அழுகிய நிலையில் உள்ளாடைகளுடன்

(இ) புரசு என்ற யுவதியின் சடலத்தில் வன்புணர்ச்சிக்கான அடையாளங்கள்

- மார்பகங்கள் குதறப்பட்டிருத்தல்
- பாலுறுப்பில் உதடுகள் கிழிந்திருத்தல்
- தொடைகளில் நகக்குறி

2. பின்வரும் உரைநடைப் பகுதியை நன்கு அவதானித்து தொடர்ந்து வரும் வினாக்களுக்கு விடையளிக்குக.

உரைநடைப் பகுதி: புரசு என்னும் ஆண் அல்லது பெண் போன்றோரை எப்போதும் நோக்கிக்கொண்டிருப்பதும் அவர்களது பாதங்களை வலைக்கு நீக்கலாக்கிவிடாததும் அவர்கள் மேல் முழு நோக்கமாகி அவர்களது நகர்வுகளில் வியாகுலங்களைப் பெருக்குவதும் இடுக்கண்களுக்கு அவர்களை நெருக்கமாக்குவதும் சத்துருக்களைப் பெருக்கி உக்கிரப் பகைக்குத் தூண்டுவதுமே பட்சிராஜனின் சிந்தனைக் கைநூலாகும் என்ற வெளிநோக்கர்களின் வாசகம் தணிக்கை செய்யப்பட்டிருக்கக் காணலாம். சாக்கோவின் சிந்தனை வாக்கியங்களை முழுமையாக விளங்கிக்கொள்ளும் தகமையற்றவர்களே எதிர்வினையாற்றத் துணிகின்றனர் என்பது சிந்தனைக் கைநூலிலுள்ள முக்கியமான அடிக்குறிப்புகளில் ஒன்றாகும். அடிக்குறிப்புகள் ஒவ்வொன்றும் உள்நோக்கர்களுக்கான எச்சரிக்கை வாக்கியங்களாகும். சிந்தனை வாக்கியங்கள் விதந்து பொழிப்புரைக்கும் உள்நோக்கர்களே தேசவரலாற்றின் பக்கங்களில் நினைவுகூரப்படுவது இயல்பாகும். மாறாக சிந்தனை வாக்கியங்களின் மெய்ப்பொருளுணர்த்தும் வரைபுகளை முன்வைக்கும் உள்நோக்கர்களுக்கென மானியம் ஏதும் அனுமதிக்கப்படுவதில்லையென்றுணர்ந்து மௌனித்திருப்பவர்களுள் புரசுவும் உள்ளடங்கலாம். ஆனால் வெளிநோக்கர்களுக்கும் உள்நோக்கர்களுக்குமிடையே இலக்கமிடப்பட்ட அந்தரங்கத் தொடர்பு நிலவிவரக் காணலாம். சாக்கோவின் சிந்தனைகள் தொடர்பான விமர்சனத் தொகுப்பிற்கான இலக்கம் – 5. முன்பொரு காலத்தில் கிளியரசனின் சிந்தனைகள் அதிகாரம் பெற்றிருந்தன. அதோடு கிளியரசன் என்போன் சிங்கமொன்று அரக்கியைப் புணர அரசாளும் தகமைவாய்ந்த

புதர்வர் ஈனப்பட்டதென நம்பும் தேசத்தின் அரசியல் விஞ் ஞானத்தில் முதற்தடவையாக அதிகாரம் பெற்றிருந்ததால் அந்நாள் தொடங்கிச் சிந்தனைகளுக்கு எதிர்வினையாற்றும் வெளிநோக்கர்கள் கிளியரசனின் சிந்தனை தொடர்பிலான விமர்சனத் தொகுப்பிற்கு '1' எனத் தலையங்கம் எழுதினர். இதன் வழியேதான் சாக்கோ என்போன் தேசத்தின் அரசியல் விஞ்ஞானத்தில் ஐந்தாவது தடவையாக அதிகாரம் பெற் றிருப்பதால் வெளிநோக்கர்கள் சாக்கோவின் சிந்தனைகளுக்கு எதிர்வினையாற்றும் தொகுதிக்கு '5' என்ற இலக்கத்தைத் தேர்ந்தெடுத்தனர்.

'வாளேந்தும் சிங்கதேசத்தில் காலாதிகாலமாக அதிகாரம் பெறுவோர் வெளிப்படுத்தும் சிந்தனைகள் புரசு முதலானவர் களை அச்சுறுத்துவதாக இருப்பதேன்?' என ஆளும் வர்க்கத் தியானி ஒருவனிடம் வினவியதில் 'மகாவமிசத்தைத் தகனஞ் செய்யாதிருப்பதே பிரதான காரணம்' என்றான். 'தொடர்ந்தும் மகாவம்சத்தினது தகனக்கிரியை பற்றின கருத்தை வெளிப் படுத்துதல் தேசியப் பாதுகாப்பிற்கு அச்சுறுத்தலாக அமைவதால் தண்டனைக்குரிய குற்றமாகும்' என்றொரு பகுதி சாக்கோ வின் சிந்தனைக்குள் அடங்கியிருப்பது பலருக்குத் தெரிந்திராத ஏற்பாடு. இவ்வாறாகத் தெரிந்திருக்காத பலரில் புரசுவும் உள்ளடங்கலாம்.

அ) வெளிநோக்கர்களின் தணிக்கை செய்யப்பட்டிராத வாசகங் கள் மூன்றினை எழுதுக?

ஆ) வெளிநோக்கர்கள், எதிர்வினையாளர்கள் ஆகியோருக்கிடை யிலான ஐந்து பிரதான வேறுபாடுகளை எழுதுக?

இ) உள்நோக்கர் குறித்த எச்சரிக்கை வாக்கியங்களுக்கான சரித்திர முக்கியத்துவம் யாது?

ஈ) உள்நோக்கர்களுக்கு மானியம் அனுமதிக்கப்படும் சந்தர்ப்பங் கள் ஐந்தினை எழுதுக?

உ) வெளிநோக்கர்களுக்கும் உள்நோக்கர்களுக்கும் இடையில் நிலவும் இலக்கமிடப்பட்ட அந்தரங்கத் தொடர்பு என்பதற்கு வரைவிலக்கணம் கூறுக?

ஊ) 'மகாவம்சத்தைத் தகனஞ்செய்தல்' எனும் தலைப்பில் நூறு சொற்களுக்குக் குறையாமல் சிறு கட்டுரையொன்றை வரைக?

3. கீழ்வரும் புனைவினை ஐந்து தடவைகளுக்குக் குறையாமல் வாசித்து இதன் கீழுள்ள வினாக்களுக்கு விடையளிக்குக.

"புரசுவை சித்தார்த்தனின் தற்கொலை என்றொரு புனைவை மானசீகமாக எழுதத் தூண்டியது சூழ்நிலையின் அதிவெப்பம்

சாக்கோ வெற்றிலைக் கொடிக்கால் தாவி அதிகாரபீடமேற்றதும் கிளர்ந்த அதிவெப்பத்தில் விழித்தெழுகின்றான் சித்தார்த்தன். தனதிருப்பு காலக்கழிவில் தகனமடையுமென எதிர்வுகூறப்படும் நிலையில் அங்கிருந்து தலைதெறிக்க ஓடுகிறான் சித்தார்த்தன். சாக்கோவின் சிந்தனையில் தலைதெறிக்க ஓடுகிறவன் தேசியப் பாதுகாப்பிற்குக் குந்தகம் விளைவிப்பவனாவான் என்ற மகா வசனத்தை சித்தார்த்தன் தெரிந்துகொள்ளவில்லை. நகர்காவலர் கள் சாக்கோவின் சிந்தனைகளைத் திரவமாக்கி அருந்தியதால் சித்தார்த்தனைத் துரத்திச் செல்கின்றனர். சித்தார்த்தன் தற்கொலைபுரியவிருப்பதே புனைவின் விதியாவதால் நகர் காவலர்களின் கைகளில் அவன் சிக்கவில்லை.

சித்தார்த்தன் பாதுகாப்பு நோக்கங்கருதி ஒளிந்துகொள்ள நேர்ந்தது மகாவிகாரையொன்றினுள்ளாகும். அது சவப்பெட்டி களைச் செதுக்குவதற்கும் நாளொன்றுக்குக் கொல்லப்படவுள் ளோரது எண்ணிக்கையைத் தீர்மானிப்பதற்கும் உடலங்களைப் பதப்படுத்தி வைப்பதற்குமான தலமாகும். இவ்விபரங்கள் எதையும் சித்தார்த்தன் அறிந்திருக்கவில்லை. புரசுவுக்குப் பதின்ம வயதிலிருந்தே சித்தார்த்தனின் அடிப்படை இயல்புகள் தெரிந் திருந்ததால் அவன் அந்த விகாரைக்குள் தங்கியிருக்க விரும்ப மாட்டான் என்பது வெளிப்படை. இருப்பினும் பாதுகாப்பு நோக்கங்கருதி சித்தார்த்தன் விகாரைக்குள் ஒளிந்திருப்பது தவிர்க்க முடியாதது என்றே புரசுவால் கருதப்படுகிறது. ஆனால் விகாரைக்குள்ளிருக்கும் சித்தார்த்தன் காவியுடையைப் பிர யோகித்துத் தற்கொலை செய்வானென புரசு எதிர்பார்த் திருக்கவில்லை. உடலங்களைப் பதப்படுத்துவதே பிரதான கருமமெனக் கொள்ளும் 63 பிக்குமாருக்கும் நாளொன்றிற்கு 5 உடலங்களையேனும் ஆகக் குறைந்தளவாகப் பதப்படுத்த வேண்டியிருப்பதான ஏற்பாட்டினால் அன்றைய தினம் நான்கு உடலங்கள் மாத்திரமே கிடைத்திருக்க, செய்வது அறியாது திகைத்திருந்த தருணம் உத்தரத்தில் தொங்கிக்கொண்டிருந்த சித்தார்த்தனின் உடலத்தைக் காண நேர்ந்ததில் அகமகிழ்வுற்ற னர். பதப்படுத்தும் கருமத்தால் சித்தார்த்தனின் உடலத்தையும் சேர்த்து அன்றைய நாளில் கருமத்தை நிறைவேற்றிய பின்னர் 63 பிக்குமாரும் கூட்டாக வெளியிட்ட அறிக்கையில் ‘காவி யுடை தரித்து தேசத்தின் பாதுகாப்பிற்குக் குந்தகம் விளைவிக் கும் நோக்குடன் தலைநகருக்குள் வந்திருந்த பாதகனொருவனை நகர்காவலர்கள் கைதுசெய்ய எத்தனித்தபோது அவன் வணக்கத் தலமொன்றினுள் புகுந்து காவியுடையைப் பிரயோகித்து, சுருக் கிட்டுத் தற்கொலை செய்துகொண்டான்’ எனக் குறிப்பிடப் பட்டிருந்ததை வாசித்து புரசு திகைப்புக்குள்ளானான். அவனது மானசீகப் புனைவில் இடைச்செருகலாக தேசத்தின் பாது

காப்பிற்குக் குந்தகம் விளைவிக்கும் வகையில் சித்தார்த்தனின் தற்கொலை போன்ற தலையங்கங்களில் புனைவுகளை மேற் கொள்ளல் தண்டனைக்குரிய குற்றமாகும் எனச் சில வாக்கியங் கள் எழுதப்பட்டிருக்கக் கண்டு புனைவாக்கல் செயற்பாட்டைக் கைவிடத் தீர்மானிக்கிறான் புரசு ஏற்கனவே திசைமாற்றப் பட்ட சித்தார்த்தனின் தற்கொலையில் தொடர்ந்தும் புனைவதால் என்னென்ன அபாயகரமான திசைமாற்றங்கள் நிகழலாமென்பது அவனுக்குத் தெரிந்திருக்காததால் புனைவை இந்தளவில் பதிவழிப்பதே மதிநுட்பமானது.”

அ) இப்புனைவின் பகுதிக்குப் பின்வருவனவற்றில் பொருத்த மான தலைப்பாக (title) அமையக்கூடியது எது?

(i) சித்தார்த்தனின் தற்கொலை

(ii) 63 பிக்குமார் வெளியிட்ட கூட்டறிக்கை

(iii) புனைதலில் மதிநுட்பம்

(iv) புரசு எழுதிய புனைவு

(v) தலைப்பிட முடியாதது

ஆ) இப்புனைவின் பகுதியிலிருந்து உணரப்படும் அரசியல் தத்துவம் யாது? (பத்து வாக்கியங்கள் போதுமானது)

இ) இப்புனைவின் பகுதி இத்தோடு நிறைவெய்திவிட்டதாகக் கருத முடியுமா? (பத்து வாக்கியங்கள் போதுமானது)

ஈ) இப்புனைவின் பகுதி குறித்த உங்களது விமர்சனத்தைத் தருக? (பத்து வாக்கியங்கள் போதுமானது)

உ) நீங்கள் எழுதிய விமர்சனத்தை அடிப்படையாகக் கொண்டு இப்புனைவுப் பகுதியை மீள்வரைவு செய்க? (50 வாக்கி யங்கள் போதுமானது)

4. (அ) பின்வரும் பத்தியைக் கவனமாகப் படித்து இதன் முக்கியமான உட்கருத்தை மூன்று வாக்கியங்களில் சுருக்கி எழுதுக?

“சாக்கோவின் சிந்தனைகள் குறித்துப் பேசவல்ல அரம்புக்கலியன் முதலான குரங்குகள் திருவடித் தீட்சையின் வழியே ஈடேற்றப் படவுள்ள நிலையில் ‘விமர்சிக்க எத்தனிப்போரே கவனியுங்கள் செயலொன்றைச் செய்திடுவேன் யார் விளக்கிச் சொன்னாலும் நீங்கள் தப்பித்துக்கொள்வது இயலாததாகும்!’ எனச் சாக்கோ வின் சிந்தனைகள் முடிவடைகின்றன. இந்நிலையிலும் புரசு வினால் அவன் தற்போது பதுங்கியிருக்கும் புத்தகங்கள் உறங்கும் அறையை விட்டகலமுடியாதுள்ளது. கேட்டறிந்த தகவல்களி னடிப்படையில் கனவுற்றுப் பயமெய்துபவளாகிறாள் அம்மா.”

ஆ) புரசுவின் கனவுக் குறிப்பேடுகளிலிருந்து பிரித்தெடுக்கப்பட்ட பகுதி வருமாறு

27.10.2006

தெரிந்தெடுக்கப்பட்டு கொள்கலனிடப்பட்டவர்களில் நானும் உள்ளடக்கப்பட்டுள்ளேன். தலத்தில் அம்மா இருக்கவில்லை. கொள்கலன்கள் கவசவாகனங்களில் மும்மூன்றாக அடுக்கப் படுகின்றன. கொள்கலனிடப்பட்ட நான் தருணம் பார்த்திருந்து வெளியேறி வீட்டுக்கு வந்துவிடுகிறேன். பங்கீட்டில் கிடைத்த அரிசியில் அம்மா சமைத்த வெண்பொங்கலை நான் விழுங்கிக் கொண்டிருக்க அந்தி முன்னேறுகிறது. இனந்தெரியாத நபர்கள் உந்துருளியில் வந்து வீட்டுவாசலில் நின்றுகொண்டு என்னைக் கூப்பிடுகின்றனர். நான் வெண்பொங்கல் கிண்ணத்தைத் தூக்கிக் கொண்டு வெளிவளவுக்குள் ஓடும்போது அம்மாவைப் பார்த்து 'நான் கொள்கலனிடப்பட்டு எடுத்துச் செல்லப்பட்டு விட்டதாக வந்திருப்பவர்களிடம் தெரிவி' எனக் கத்துகிறேன்.

உங்களைப் புரசுவெனக் கருதி பின்வரும் வினாக்களுக்கு விடை தருக?

(i) *இந்தக் கனவை நீங்கள் கண்டிருக்கக்கூடிய நேரம் எதுவாகலாம்?*

(ii) *பங்கீட்டில் கிடைத்த அரிசி எனும் சொற்றொடர் உணர்த்தும் சூழல் யாது?*

(iii) *நீங்கள் கொள்கலனிடப்பட்டு எடுத்துச்செல்லப்பட விரும்பிய தருணம் எது?*

(iv) *26.10.06 அல்லது 28.10.06 எனும் எதாவது ஒரு தினத்தில் உமக்கு நேர்ந்த கனவொன்றினைக் குறிப்பு வடிவில் தருக?*

(v) *முடிவில் புரசு சிந்தனைக் கைநூலின் பக்கங்களுக்குள் மறைந்துபோன 'உரு'வாகியிருப்பதைத் தெரிந்திராதவளான அம்மா அவன் வீடு திரும்பக் காத்திருக்கிறாள் எனும் வாக்கியத்தில் விரவியுள்ள துயரத்தை ஆகக் குறைந்தது ஐந்து வாக்கியங்களிலாவது விபரிக்குக?*

தேர்வுநாடிகளுக்கான வழிகாட்டல் குறிப்புகள்

1. அரசியல் விஞ்ஞானம் எனும் பாடவிதானத்தினுள் மிக அண்மையில் இணைத்துக்கொள்ளப்பட்ட பாட அலகே சாக்கோவின் சிந்தனைகள் ஆகும். முன்பு அரசியல் மூல தத்துவங்கள் எனும் தலைப்பிலமைந்த பொது வினாத் தாளின் தலைப்பு அரசியல் விஞ்ஞானம் என மாற்றமுறு

வதுடன் அரசியல் விஞ்ஞானம் I எனும் பொது வினாத்தாள் சாக்கோவின் சிந்தனைகள் எனும் உபதலைப்பிலும் அரசியல் விஞ்ஞானம் II என்னும் பொது வினாத்தாள் அரசியல் மூலதத்துவங்கள் எனும் உபதலைப்பிலும் அறிமுகமாகின்றன.

2. சாக்கோவின் சிந்தனைகள் பகுதி ஒன்று பல்தேர்வு வினாக்கள் இருபதைக் கொண்டமைவதுடன் அதற்கான மொத்தப் புள்ளிகள் 150 ஆகும். பகுதி இரண்டு கட்டுரை வினாக்கள் நான்கினைக் கொண்டமைவதுடன் அதற்கான மொத்தப் புள்ளிகள் 75 ஆகும். இவ்வினாத்தாளில் ஆகக் குறைந்தது 150 புள்ளிகளைப் பெறாவிடின் தேர்வு நாடியொருவர் அரசியல் விஞ்ஞானத்தில் சித்தியெய்தியவராகக் கருதப் படமாட்டார்.

3. இவ்வினாத்தாளில் உள்ள வினாக்களுக்கு மிகப் பொருத்த மான விடைகள் இன்னமும் தீர்மானிக்கப்படாத நிலையில் ஒவ்வொரு நிர்வாக மாவட்டங்களிலிருந்தும் முதற்கட்ட மாக ஒன்பது தேர்வு நாடிகள் வீதம் மொத்தமாக 225 பேர் தெரிவுசெய்யப்பட்டு இவ் வினாத்தாளுக்கு விடை யளிக்க அனுமதித்து ஒவ்வொரு வினாவிற்கும் 2/3 பங்கினர் ஒரே மாதிரியாக விடையளித்திருந்தால் அவ்விடையே மிகப் பொருத்தமானதாகத் தெரிவுசெய்யப்படும்.

◎

அவதி விளக்கக் கடிதம்

சகாதேவன் வசிப்பிடம்
காங்கேயப்பெருமாள் கோவில் வீதி
வண்ணக்கர் பண்ணை
யாழ்ப்பாணம்.
21.10.2007.

மதிப்பிற்குரிய 'உயிரி' இதழாசிரியர் அவர்கட்கு,

உங்களது முப்பத்து நான்காவது இதழின் ஏழாம் பக்கத்தில், "...நீங்கள் யாதாவது உயிரியால் தொடர்ந்து அவதிக்குள்ளாகிவருபவராக இருப்பின் அவதி விளக்கக் கடிதமொன்றை எழுதி எங்களுக்கு அனுப்பிவைத்தால் அந்த நிலைப்பாட்டிலிருந்து முழுமையாக விடுபடுவதற் கான தீர்வொன்றினை முன்மொழியக் காத்திருக்கிறோம்" எனும் அறிவித்தலை வாசித்தேன். நானும் உயிரியொன்றி னால் கடந்த 270 நாள்களாக அவதிக்குள்ளாகி வருபவன் என்ற வகையில் இக்கடிதத்தை எழுதுகிறேன்.

யாழ் மாவட்டப் பிறப்பு, இறப்பு, விவாகப் பதிவாளர் அலுவலகத்தில் ஓர் எழுதுவினைஞனாகக் கடமையாற்றி வரும் நான் எனது இருபத்தொன்பதாவது வயதுவரை கரமைதுனத்தின் வழியே பாலின்பம் நுகர்ந்துவந்துள் ளேன். எனது முப்பதாவது வயதில் பெற்றோர் நிச்சயித்த பெண்ணான இருபத்தைந்து வயது நிரம்பிய அமுதாவைத் திருமணம் புரிந்துகொண்டதிலிருந்து இன்றுவரை அவளுடனான உடலுறவின் மூலமாகப் பாலின்பத்தை நுகர்ந்துவருகின்றபோதிலும் வேலைநாள்களில் பேருந்தில்

பயணிக்கும் வேளை உடன் பயணிக்கும் யாராவது ஒருத்தியின் முலைகளோ யோனிமேடோ என்மீது அழுத்தப்படும்போது உடனடியாகவே விந்து வெளியேறிவிடுவதுடன் அவ்வழுத்தத்தின் உயிர்ப்புக் கெடுவதற்குள் கரமைதுனஞ் செய்துவிடுவதை வழக்க மாகக் கொண்டுள்ளேன்.

இப்போது எனக்கேற்பட்டுள்ள அவதிநிலை யாதெனில் கடந்த 270 நாள்களாக எனது மனைவியுடன் உடலுறவில் ஈடுபடுந்தருணம் திட்டம் வரைந்து தாக்குகின்ற எதிரியைப் போலப் படுக்கையறையின் உத்தரத்திலிருந்து ஒரு பல்லி என் நடுமுதுகில் தவறாமல் எச்சமிடுகிறது. வழமையாக எனக்கு விந்து வெளிப்பாயவுள்ள தருணத்தில் இவ்வெச்சமிடல் நிகழ்வ தால் குறியானது உடனடியாகத் திடத்தன்மையிழந்து சுருங்கி விடுகிறது. இந்நிலையில் தவிப்பின் உச்சத்திலிருக்கும் என் மனைவி தீவிரமாக என்னைத் தொடர்ந்தியங்குமாறு தூண்டு கிறாள். நானோ அவளிடமிருந்து விடுபடுவதில் முனைப்புக் காட்டுகிறேன். அவளோ விரல்களைக் கோர்த்து எனது பிருஷ் டத்தை இறுக்கித் தன்னிடமிருந்தான எனது விடுபடலைத் தவிர்த்தவளாய்த் தொடர்ந்தும் உடலுறவைத் தூண்டிக்கொண் டிருக்கிறாள். இந்நிலையில் நான் முழுமையாகச் சோர்ந்து விடுகிறேன். அவளோ நாவால் வருடியும் சுவைத்தும் எனது குறியை விறைப்பாக்கிவிட எத்தனித்துத் தோற்றுவிடுகிறாள். இதனைத் தொடர்ந்து அவளது வழிகாட்டலில் என் வலது ஆள்காட்டி விரலைக் குறியாகப் பிரயோகித்து யோனியின் கலவி வழியினுள் நுழைத்துக் கூடுதலான கால அவகாசமெடுத்து சுரந்த பாய்மத்தை வெளியேற்றவேண்டியேற்படுகிறது. இதனால் நான் என் வாழ்நாள்களில் நிகழ்ந்துவரும் சம்பவங்களில் அதி உன்னதமானதும் உச்சமானதுமான சம்பவமாகக் கருதிவரும் உடலுறவின் மீதான ஆர்வம் குன்றிவருவதுடன் அமுதா, நான் எவளோ ஒருத்திமீது கொண்டுள்ள ஆழ்ந்த காமமே இந்நிலைமைக் குக் காரணமெனக் கருதுகிறாள். இதனால் எனது இயல்பு வாழ்க்கை பெரிதும் பாதிப்புக்குள்ளாகிவருகிறது.

இவ்வவதி நிலையிலிருந்து விடுபடுவதற்காக நான் மேற் கொண்ட மாற்று நடவடிக்கைகளையும் அவற்றின் விளைவு களையும் உங்களுக்கு வாசிப்பதில் சலிப்பு ஏற்படாத வகையில் குறிப்பிட விரும்புகிறேன்.

மாற்று நடவடிக்கைகள்	விளைவுகள்
படுக்கையறைக்குள் அமுதாவுடன் உடலுறவுகொள்ளும் போதுதான் பல்லி எச்சமிடுவதாகக் கருதி வழிபாட்டறை; போசன அறை; குளியலறை; கழிப்பறை எனக் களங்களை மாற்றி உடலுறவுகொள்ளல்.	உடலுறவுக்கென நான் தேர்ந்தெடுத்த எல்லாக் களங்களிலுமே பல்லி என்மீது எச்சமிடத் தவறவில்லை.
படுத்த நிலையில் உடலுறவு கொள்ளும்போதுதான் என்மீது பல்லி எச்சமிடுவதாகக் கருதி ஒவ்வொரு களத்திலும் நின்றநிலையில் உடலுறவு கொள்ளல்.	நின்றநிலையில் அமுதாவுடன் உடலுறவுகொண்ட எல்லாக் களங்களிலுமே என்மீது பல்லி எச்சமிட்டுள்ளது. இதுவரை 36 தடவைகளுக்கு மேல் அமுதாவை நிற்கவைத்தும் படுக்கவைத்தும் உடலுறவு கொண்டபோது அநேக தடவைகள் வல்லுறவாக அமைந்ததுடன் (அவளுக்கு மாதவிலக்கான நாள்களும் இதில் உள்ளடங்கும்) என்னையொரு மனநோயாளியாக அவள் கருதத் தொடங்கியுள்ளாள்.
பல்லிகளைப் பிடித்துண்ணப் பூனை வளர்த்தல்.	ஒன்றன்பின் ஒன்றாக மூன்று பூனைகளைப் பிடித்து வளர்த்தேன். அவையாவும் பல்லிகளைக் கண்டால் விலகிச் சென்றிருப்பதுடன் மர்மமான விதத்தில் காணாமற் போயுள்ளன.
கைக்கெட்டிய பல்லிகளை அடித்துக் கொல்லுதல்.	கைக்கெட்டிய பல்லிகளென இதுவரை 52 பல்லிகளை அடித்துக் கொன்றுள்ளேன். பல்லிகள் மிக வேகமாக இனம் பெருக்குவதாலும் தற்போது எந்தவொரு பல்லியும் கைக்கெட்டுவதில்லையென்பதாலும் இம்முயற்சி கைவிடப்பட்டுள்ளது.

இம்மாற்று நடவடிக்கைகளைத் தவிர எனது இடைவிடாத தேடலின்மூலமாகப் பல்லிகளைப் பற்றிய பின்வரும் தகவல்களைத் தேடியுள்ளேன்.

1. துருவப்பகுதிகள் தவிர்ந்த பூகோளத்தின் ஏனைய பகுதிகளில் மூவாயிரம் வகையான பல்லிகள் காணப்படுகின்றன.

2. பல்லிகள் பொதுவாகத் தோலில் செதில்களைக் கொண்ட குள்ளமான உடல்களைக் கொண்டிருப்பதுடன் பாம்புகளைப் போலவே ஓராண்டில் அநேக தடவைகள் இவை தோலுரித்துக்கொள்கின்றன.

3. மிதவெப்ப, வெப்பவலயங்களிலேயே பல்லிகள் உயிர் வாழ்கின்றன என்பதுடன் மிதவெப்ப வலயங்களில் அலையும் பல்லிகள் குளிர்ப்பருவங்களில் 'குளிருறக்கம்' *(Hibernation)* கொள்கின்றன.

4. பல்லியினங்களில் பெரும்பாலானவை அளவிற் சிறியன வாகும். விதிவிலக்காக 30 சென்ரிமீற்றர் தொடக்கம் 40 சென்ரிமீற்றர்வரையான நீளமுள்ள அளவிற் பெரிய பல்லிகளும் சஞ்சரித்துவருகின்றன. இதைப்போன்றே ஒரு மீற்றர் தொடக்கம் ஒன்றரை மீற்றர் நீளமுள்ளதும் 100 கிலோகிராம் நிறையுள்ளதுமான மிகப் பெரிய பல்லிகளும் பூகோளத்தில் சஞ்சரிக்கவே செய்கின்றன.

5. பல்லிகளின் வாழ்க்கைக் காலம் இரண்டு தொடக்கம் மூன்று வருடங்களுக்கு மேற்படுவதில்லை. எனினும் 25 வருடங்கள் வரை ஒரு பல்லி உயிர் வாழ்ந்திருப்பதாகவும் தகவல் கிடைத்துள்ளது.

6. பொதுவாகப் பல்லிகள் பூச்சிகளைத் தின்றே உயிர் வாழ்கின்றன. இதிலும் கொம்புப்பல்லிகள் *(Horned Lizarde)* எறும்புகளை மாத்திரமே தின்று வாழ்கின்றன. பெரும் பல்லிகள் தின்பது அநேகமாகச் சிற்றுயிரிகளாகவேயிருக்கும். தவிரவும் சிலவகைப் பல்லிகள் காய்கனிகளைத் தின்று வாழ்வதையும் அவதானிக்கலாம்.

7. பல்லிகள் முட்டையிட்டே இனம்பெருக்குகின்றன. முட்டையினது ஓட்டையுடைத்தே குஞ்சுகள் வெளி வருகின்றன. இதற்கென அவற்றினது மேல்தாடையில் முட்டைப்பல் அமைந்திருக்கும். முட்டையிலிருந்து அவை வெளிவந்ததும் இம்முட்டைப்பல் அகன்றுவிடுகின்றது.

8. பல்லிகள் தமக்குரிய இரைகளைக் காணும்போதும் புணர்வுந்துதல் எழும்போதிலும் கழிவகற்றும்போதிலும் வாலைச் சுழற்றிக்கொள்கின்றன.

எனினும் மேற்போந்த தகவல்களிலிருந்து எனக்கேற்பட்டுள்ள அவதிநிலைக்குத் தீர்வு காண்பதற்கான எந்தவொரு மாற்றுவழியினையும் என்னால் உய்த்தறிய இயலவில்லை. முதலில் நான் தெரிந்துகொள்ள விரும்பியது என்மீது கழிவகற்றி வருவது ஒரே பல்லியா? அல்லது வெவ்வேறு பல்லிகளா? என்பதைத்தான். இதற்காகப் பல்லிகளுக்கிடையிலான தகவற் பரிமாற்றம் எத்தகையது? என்பதையே நான் கண்டறிய விரும்பினேன். இதுவரைக்கும் அது சாத்தியமாகவில்லை. சிலவேளை இத்தகவல்கள் எனது அவதிநிலைக்கான தீர்வினை முன்மொழிவதில் உங்களுக்குப் பயனளிக்கக் கூடுமென்பதாலேயே இத் தகவல்களைக் குறிப்பிட விரும்பினேன்.

இம்மாற்று நடவடிக்கைகள் பயனளிக்கத் தவறியபோது அமுதாவைத் தவிர்த்து வேறொரு பெண்ணுடன் உடலுறவு கொள்ளும்போது பல்லி என்மீது கழிவகற்றுமா? என்றொரு கேள்வி உருவானது. அதிலிருந்து உடலுறவுக்கென ஒழுங்கு செய்யக்கூடிய பெண்களை வரிசைப்படுத்த எத்தனித்தேன். அந்த வரிசைப்படுத்தல் இதுதான்.

(i) என் மனைவியான அமுதாவின் தங்கை வாதினி

(ii) அயல்வீட்டில் வசிக்கும் இளம் விதவை கிரிசாந்தி

(iii) அந்திப் பொழுதுகளில் நகரவீதியில் அலையும் விபசாரிகள்

(iv) அடையாளந் தெரியாத நபர்களால் கொல்லப்பட்டவனான எனது தம்பியின் மனைவி லலிதா

அமுதாவின் தங்கை வாதினி பல்கலைக்கழகக் கற்கை நெறியினைத் தொடர்வதற்காகவும் பாதுகாப்புக் காரணங்களுக்காகவும் தற்போது எங்களது வீட்டிற் தங்கியிருப்பதால் உடலுறவுக்கென ஒழுங்குசெய்யும் பெண்களுக்கான வரிசைப்படுத்தலில் அவளை முதலாமாளாக உள்ளடக்கினேன். எனினும் உடலுறவுக்கென ஒரு பெண்ணை ஒழுங்குசெய்யும் தந்திரங்கள் எவையும் எனக்குத் தெரிந்திருக்காமையினாலும் உடலுறவு என்பது கற்பு நிலையுடன் நேரடியாகத் தொடர்புபட்டிருப்பதாலும் வாதினியுடனான உடலுறவு இதுவரை எனக்குச் சாத்தியமாகவில்லை.

அயல்வீட்டில் வசிக்கும் இளம்விதவை கிரிசாந்தி முப்பது வயது நிரம்பியவள். இரண்டு வயதில் ஒரு மகனிருக்கிறான். கடந்த வருடம் இவளது கணவன் அடையாளந் தெரியாத நபர்களால் வீதியோரம் சுடப்பட்டிறந்தான். அவனது இறப்புச்

சான்றிதழைப் பெற்றுக்கொடுப்பதில் நான் கிரிசாந்திக்கு உதவியுள்ளேன். இதனிமித்தம் அவள் என்னைக் காணும்போதெல்லாம் புன்னகைப்பதுடன் சிலவேளைகளில் நேரங்கேட்பதுமுண்டு. இந்த அடிப்படையில் கிரிசாந்தியை உடலுறவிற்கு ஒழுங்கு செய்ய எத்தனிக்கிறேன். சிலவேளைகளில் இவ்வெத்தனிப்பு முட்டாள்தனமானதெனவும் தோன்றுகிறது.

அந்திப் பொழுதுகளில் நகரவீதிகளில் அலையும் விபசாரிகளில் ஒருத்தியை இலகுவில் உடலுறவுக்கு ஒழுங்குசெய்யலாம். எனினும் தொற்றுநோய்களின் அபாயங்கருதியும் எனது வேதனத் தொகையான 9000 ரூபாவின் 1/6 பகுதியான 1500 ரூபாவினை அவளுக்கான கட்டணமாக (அறைவாடகையுடன்) விரயமாக்க வேண்டியிருப்பது குறித்தும் இத்தெரிவில் தயக்கங்காட்டி வருகிறேன். ஏனைய தெரிவுகள் உடலுறவுக்கு சாத்தியமாகாத நிலையில் இத்தெரிவை மேற்கொள்வதைத் தவிர எனக்கு வேறு மாற்றுவழியில்லை.

இரண்டு வருடங்களுக்கு முன்பு அடையாளந் தெரியாத நபர்களால் வீட்டில் வைத்து வெட்டிப் படுகொலை செய்யப்பட்டவனான என் தம்பி தெய்வேந்திரனின் மனைவி லலிதாவுக்கும் அவளது மூன்று பெண் குழந்தைகளுக்கும் நான் ஒரு பாதுகாவலனாக இருந்துவருகிறேன். தவிரவும் அமுதாவுக்கடுத்து லலிதாவே எனக்கு நெருக்கமானவளாகவும் தோன்றுகிறாள். இதன் விளைவாகவே லலிதாவை உடலுறவுக்கு ஒழுங்குசெய்யச் சாத்தியமான பெண்கள் வரிசையில் உள்ளடக்கினேன். எனினும் பாதுகாவலனாக இருந்து வருகின்ற நிலையைக் கீழிறக்கிவிடுமோ? என்ற அச்சங்காரணமாக லலிதாவை உடலுறவுக்கு ஒழுங்கு செய்வதில் தயக்கங் காட்டிவருகிறேன்.

மேலும் இந்நிலைப்பாடுகளுக்கிடையே எதிர்பாராமல் நிகழ்ந்தவொரு சம்பவத்தையும் குறிப்பிட விரும்புகிறேன்.

பிராணிகளால் 'அவதியுறுவோருக்குப் பயன்தரு ஆலோசனைகளை வழங்கும் உளவளத் துணையாளரொருவர் தலைநகரிலமைந்துள்ள வெங்கடேசப் பெருமாள் கோவிலுக்கு வந்திருப்பதாகத் தகவல் கிடைத்திருந்ததில் அதிகாலைப் பேருந்தில் புறப்பட்டு அவரைச் சந்திக்கப் போனேன். அவ்வுளவளத் துணையாளரை வெங்கடேசப் பெருமாள் அறிதுயில் மண்டபத்தில் நாற்பத்தொன்பதாவது ஆளாகச் சந்தித்தேன். பிராணிகளால் அவதியுறுவோர் வரிசை நீண்டுகொண்டிருப்பதால் எனது அவதிநிலையை மிகச் சுருக்கமாக எடுத்துரைக்கும்படி அவர் கேட்டுக்கொண்டார். அவதிநிலையை நான் விளக்கிய போது அவர் பிரமிப்பும் அதிர்ச்சியுமுற்ற நிலையில் 'இன்றிரவு நீ காணும் கனவை மறந்துவிடாமல் நாளை வந்து எனக்கு

முழுமையாக விபரித்தால் உனக்குப் பயனளிக்கும் ஆலோசனையை வழங்குவது எளிதாக அமையும்' எனச் சொல்லியனுப்பினார்.

பிற்பகலில் நான் வீடுதிரும்பியபோது வழமையாக என்னெதிரே வரத் தயங்கியவளாய்த் திரும்பிச் செல்லும் வாதினி நேரெதிரே வந்து புன்னகைத்தாள். அந்தப் புன்னகையொன்றே அவளை உடலுறவுக்கு ஒழுங்குசெய்யப் போதுமானதென அப்போது எனக்குத் தோன்றிற்று.

மாலையானதும் நான் சற்றும் எதிர்பார்த்திராத விதமாக லலிதா என் வீட்டிற்கு வந்து சேர்ந்தாள். அவள் என்னைத் தனியே அழைத்துப்போய் தெரிவித்த தகவல்கள் அதிர்ச்சியூட்டுவனவாயிருந்தன. தன்னுடைய மூன்று பிள்ளைகளும் அண்மைக்காலமாகப் பல்லிகளைப் போன்று தென்படத் தொடங்கியிருப்பதாகவும் அவர்கள் தமக்கு ஏற்புடைய விதத்தில் சிறியதும் பெரியதுமான பல்லிகளைக் காகிதங்களிலும் வீட்டுச் சுவர்களிலும் வரைந்துகொண்டிருப்பதாகவும் பல்லிகள் சுவரில் நகரக் கண்டால் அவற்றை நெருங்கி உரையாடுவதில் ஆர்வங்கொள்வதாகவும் இதனால் அவர்கள் மூவரும் இரவில் தன்னை அணைத்தபடி உறங்குகையில் பல்லிகளுடன் உறங்குவதாகவே தனக்குத் தோன்றுவதாகவும் எனவே பிள்ளைகளைத் தன் தாயின் பராமரிப்பில் விடுத்து இவ்வவதிநிலைக்குத் தீர்வு காணும் மாற்றுவழியொன்றை நாடி ஒரு பாதுகாவலன் என்ற வகையில் என்னிடம் வந்திருப்பதாகவும் லலிதா சொன்னாள்.

வழமையில் எனக்கு முன்பாகவே உறங்கிவிடும் என் மனைவி அன்றைய இரவில் குத்துக்காலிட்டுப் படுக்கையில் அமர்ந்திருந்தாள். 'நீ இன்னுமேன் உறங்கவில்லை?' எனக் கேட்டேன். அவளிடமிருந்து பதில் வரவில்லை. அவளுடனான உரையாடலை வளர்ப்பது உளவளத் துணையாளர் குறிப்பிட்ட கனவானது சம்பவிப்பதை அருகச் செய்துவிடுமென நான் கருதியதால் 'நீ எப்போது வேண்டுமானாலும் உறங்கிக்கொள்' என அவளுக்குக் கூறிவிட்டுக் களஞ்சிய அறைக்குள் உறங்குவதற்கான ஏற்பாட்டுடன் நான் வெளியேறியபோது 'உன் மனங்கவர்ந்த லலிதாவுடன் போய்ப்படுத்துறங்கு' என அவள் கூறியதைச் செவிமடுத்தேன்.

பின்னிரவில் எனக்குச் சம்பவித்த கனவில் எங்களது படுக்கையறைக்குள் கட்டிலில் விளிம்பில் அடையாளந்தெரியாத நபர்களால் கொல்லப்பட்ட என் தம்பி அமர்ந்திருக்க, பரபரப்போடு உள்நுழையும் அமுதா கதவைத் தாழிட்டுக்கொள்கிறாள். பின்னர் இருவரும் ஆடைகளைக் களைந்து நின்றநிலையில் கலவியைத் தொடங்குகின்றனர். மேல் உத்தரத்தில் ஒரு பல்லியாக அவர்

களைக் கவனித்துக்கொண்டிருக்கும் நான் தம்பியின் தலையில் வாலைச்சுழற்றி எச்சமிடுகிறேன்.

இக்கனவை உளவளத் துணையாளருக்கு முழுமையாக விபரித்து பல்லியால் எதிர்நோக்கும் அவதிநிலையைத் தவிர்த்துக் கொள்ளப் பயன்தரு ஆலோசனையைப் பெறும் நோக்குடன் முன்னைய தினத்தைப் போலவே அதிகாலைப் பேருந்தில் புறப்பட்டுத் தலைநகரம் போய்ச் சேர்ந்த எனக்கு இனந் தெரியாத நபர்களால் உளவளத் துணையாளர் சுட்டுக் கொல்லப்பட்டதாக அதிர்ச்சியளிக்கும் தகவல் கிடைத்தது. பின்னிரவில் அவர் சுட்டுக்கொல்லப்பட்டதால் பிரேதப் பரி சோதனைக்காக அவரது சடலம் இன்னமும் எடுத்துச் செல்லப் பட்டிருக்காததால் வெங்கடேசப் பெருமாள் கோவிலைச் சுற்றிப் பாதுகாப்பு ஏற்பாடுகள் வலுப்படுத்தப்பட்டிருந்த நிலை யில் மனஞ்சோர்ந்து ஏமாற்றத்துடன் வீடு திரும்பினேன்.

பல்லியால் எதிர்நோக்கும் அவதிநிலைக்கு நிரந்தரத் தீர் வொன்றைத் தேடிக்கண்டடைவதற்கான சாத்தியக்கூறுகள் முழுமையாக அருகிவிட்டன என்று நான் தீர்மானித்த நிலையில் தான் ‘உயிரி’ முப்பத்து நான்காவது இதழ் எனக்குக் கிடைத்தது. இந்நிகழ்வை ஒரு தெய்வ அநுக்கிரகச் செயலாகக் கருதி இக் கடிதத்தை உங்களுக்கு எழுதுகிறேன்.

பிறப்பு இறப்பு விவாகப் பதிவாளர் அலுவலகத்தில் ஓர் எழுதுவினைஞனாகக் கடமையாற்றி வருபவன் என்ற வகை யில் யாழ் மாவட்டத்தில் இனந்தெரியாத நபர்களால் சுட்டுக் கொல்லப்படுவோரின் எண்ணிக்கை நாளுக்கு நாள் அதிகரித்து வருவதில் வழமையைவிடக் கூடுதலான இறப்புச் சான்றிதழ் களைக் கையாள்பவனாக இருப்பதால் மிகுந்த மனஅழுத்தத்திற் குள்ளாகி வருகிறேன். இம்மன அழுத்தத் தணிப்பிற்கான ஒரே யொரு மாற்றுவழியாக இருப்பது அமுதாவுடனான உடலுறவே. தற்போது பல்லிகளால் எதிர்நோக்கும் இவ்வவதி நிலை காரண மாக அமுதாவுடன் உடலுறவு கொள்வதற்கான சாத்தியத்தை முற்றாக இழந்து விட்டேன். எனது விடுமுறை நாள்களான சனி, ஞாயிறு தினங்களில் மேற்கொள்ளப்படும் சுற்றிவளைப்பு நடவடிக்கை மற்றும் இரவுவேளைகளில் அவர்களால் வீதிக்கு வீதி மேற்கொள்ளப்படும் சுற்றுக்காவல் நடவடிக்கை போன்றவற் றால் பகலிலோ இரவிலோ முழுநிறைவோடு அமுதாவுடன் உடலுறவு கொள்ள முடிந்ததில்லை. எப்போதாவது அபூர்வ மாக உடலுறவுகொள்ள வாய்க்கும் தருணத்தில் பல்லியால் அவதிக்குள்ளாவது தவிர்க்க முடியாததாகிவிட்டது. இந்நிலை யில் உங்களால் முன்மொழியப்படவுள்ள தீர்வினையே முழுமை யாக நம்பியுள்ளேன்.

நான் எழுத்தில் கைதேர்ந்தவனல்லவென்பதால் இவ்வவதி விளக்கக் கடிதத்தில் உங்களுக்கு அவசியமற்ற சில தகவல்களும் உள்ளடக்கப்பட்டிருக்கலாம். நான் எதிர்நோக்கும் அவதிநிலை யிலிருந்து முழுமையாக விடுபடுவதற்கு உங்களால் முன் மொழியப்படும் தீர்வுக்கு அத்தகவல் சில வேளைகளில் எவ் வகையில் பயன்தரக்கூடும் என்ற எதிர்பார்ப்பிலேயே இக் கடிதத்தை எழுதுகிறேன். இதை வாசிப்பதால் உங்களுக்கு ஏற்படும் சிரமத்திற்கு வருந்துகிறேன். விரைவில் ஒரு தீர்வினை முன்மொழிவீர்களென எதிர்பார்த்து இந்த அவதிவிளக்கக் கடிதத்தை நிறைவுசெய்கிறேன்.

இவ்வண்ணம்
தங்கள் உண்மையுள்ள
ச. இராசேந்திரன்

குறிப்பு : தவிர்க்க முடியாத சில காரணங்களால் ‘உயிரி’ முப்பத்து நான்காவது இதழோடு நின்றுபோயிற்று. அன்பான வாசகர் களே! இராசேந்திரனின் அவதிவிளக்கக் கடிதத்தை வாசித்து முடித்ததும் அவதிநிலையிலிருந்து முழுமையாக அவனை விடுவிப்பதற்கான யாதாவது தீர்வினை முன்மொழிய வேண்டு மென உங்களுக்குத் தோன்றினால் இராசேந்திரன் முகவரிக்கு ஒரு கடிதத்தை எழுதியனுப்பிவிடுங்கள்.

◎

நே – 1

உருவேற்றும் யாத்திராகமம் திளைக்கும் அனல் திரவம் அளந்தூற்றி யூதருக்கு ஓர் அரசன் பிறந்திருக்க தேடும் அதிகாரம் விழிக்கும் கலகத்தினுள்ளே ஓர் அதி கதைகூறும் ஒற்றைச் சிறகுள்ள பறவை. வானளந்து கொண் டிருந்த துயரம் தோய்ந்து மிதக்கும் நாய் காதில் குருதி உறிஞ்சும் ஓர் உண்ணியின் கால்களை அளந்து முன் னேறும் மருத்துவச்சிகள் பயந்தேற்றும் வெள்ளைச்சிங்கா சன நியாயத் தீர்ப்பு ஏற்ற தருணம் பச்சைக்கண் அரக்கன் கலைத்த உறக்கத்தின் நகப் பூச்சில் கீறல் விழுந்து படர்ந்த கொடி பயணிக்க தனிவழி திறந்து கூடைக்குள்ளொரு அரசனைக் காவிச் செல்லும் வசுதேவனின் கனவு இதழ் விரிக்கத் தவறும் மழைக்குள்ளொரு புதிர் பரந்து பச்சைக் கண் அரக்கனின் கதை நகரும் இறகு திகழ் பறவைகளைக் கடற்கரை மணலென வரவழைத்து வானத் தூதர் உணவை நுகர்ந்து தவறும் கோணிய வில்லென உடன்படிக்கை யில் நிலைக்காதோர் எழுத்தாகி வாழ்நாளை மூச்சென மறையச்செய்து மூண்டெழும் பெருந்தீனி வேட்கையின் கால் நகங்களை வெட்டும் திகிலால் முடிவுறத்த விரும்பிய படைகளின் கடவுள் பின்பற்றத்தவறுமொரு பச்சைப் புழுக்களுக்கு நல்கிய விளைச்சல் பச்சைக்கண் அரக்கரை நோக்கி ஏகும் மரவண்டு. ஆயிரம் பச்சைக்கண் அரக்கர் தங்கும் படைவீட்டில் நீர் அருந்திவிடாமல் மிதக்கும் தவளைகள்தான் துரோகிகள் என கேசம் விரித்த தவளை தலைவர் பெருமானின் திருவடிவம்மீது தங்கும் படைவீடு. தந்தம் வெளிக்கிளம்பப் படைவீடுகள் கூடாரத்தினின் றும் நகர்ந்து வரும் நாள் திரும்பி வர இயலாத காற்றை ஆயிரத்தோராவது பச்சைக்கண் அரக்கன் அருட்டி நுகரும் ரிஷபத் திமில். விலங்கினங்களுக்கு அழிவைக் கொணரும் தூதர் ஒப்புவிக்கக் காத்திருக்கும் இடியேறு துயிலும்

கல் மழைத்தூணி சமவெளிக்குள் வியத்தகு சிரமமாய். வெட்டுக் கிளிகள் வெளிர்த்தும் ஊசியின் உறைவிடத்தில் குறிமாறும் கோணியவில், தேமல் படர் நடுவில் வெயிலைப் பகுத்து நிலப்பால் மீட்பர் மூட்டும் துகிலின் குலங்கள் மீளா வானகக் கதவு. செவிவன்மை மழுங்காத அயலியின் மயிர்க்கால்வாய் நிறைந்தேற்கும் காற்றாழைப் பதவீணி. வைகறையில் நிலப்பால் மீட்பரின் கலிதொடரும் நாள். பகடு செழிக்கும் நிறை இல்ல சான்றம் வழுவும் மகளிர் நடைப்பால் பயிரும் துணை மேனிக் குழமம். தோகிப்புனல் அரண் பாழாக விடப்பட அரவம் மிக்க நகர்வெறுமிக் குன்றும் காவல் மாடமும் என்றும் மிளிரும் குகைகளென அடரும் வனங்களின் பிரசவப்பருவம் வளமி முன்னிடும் தொடைமாட வயல் வெளிக்கும் அச்சம் மிகுந்த வேல் நுனிக்கோர் காடழிக்கும் கல் மழை. சதை துளைத்து ஆர்ப்பரிக்கும் மேகத்தூண் அரியணை நோக்கி நகருமெனத் தாழும் பொல்லார்கை நழுவி மிதக்கும் பூகோளக் கானல்வரி துளிர்க்கும் மகத்தான் குறுகி உறிஞ்சும் தீம்பால் குறிக்கும் வன்நிறமி. சரசவிக்கும் துவாரம் வழியே வாக்களிக்கப்பட்ட பேரன்பின் சுளகம் கடைத்தேற்றும் சோளகக்குருவிகள் பின்னிய தாழ் முடிச்சு துலங்கும் விளைவிடை பாவத்தில் வீழ்ந்த சகோதரி களிடமிருந்து வரும் தகவல்கள் நம்பத்தகாதவை. வாக்கின் மூலம் வசுதேவன் காவும். கூடை முடைந்த பிரம்பின் சமாந்தர நரம்பிடையே துலங்கி வெளிப்பட திரவமாகும் கதையில் சாபம் நீங்கி தபசு கழன்ற மூன்றாம் பாண்டவன் பதுக்கிவைத்த படைக்கலங்கள் மீட்கப்பட்டுக்கொண்டிருக்க மத்தியில் புகுவது எலிக்காதுப் பெண்களும் பாதுகாப்பானது என்ற உத்தரவாதம் தளர்ந்து நடக்க பார்த்துக்கொண்டிருந்த தொலைதேசத்து அணுக்கர்கள் ஆள்புலம் நிலைக்கும் உற்பவப்போர் அகராதம் இரைச்சலிடும் கொப்பரையில் 365 புதிர்க்கதைகள் கொம்பூதித் தலத்திற்கு வழிகாட்டி நூலைத் தயாரிக்கத் தொடங்கி எட்டாவது நாளில் கருக்கரிவாள் தனித்து ஒலிக்கும் மண்மேட்டுக் கடல் வயல்வெளியைப் போல உழப்படும் என்பது நூலின் துணிபு என்றாகிவிடும். உறங்காத சுருள்கள் தடத்துவரும் நீர்மைநாள் துறக்கும் பூச்சிகளின் உணர்கொம்புக்கோர் வரைவிலக்கணம் திருப்பும் பச்சைக்கண் அரக்கன் ஒரேயொருவன் என்பது ஒழுங்கின் விதியாவதால் வார்த்தைகளில் விரயம் தவிர்க்கப் பட நவீனப்படைக்கலம் வசுதேவனின் மகவுக்குத் தேவையானது. திமில் கொடுக்கன் அரண் சூழ் நகரைத்தாண்டிச் செல்வது எதற்கும் புத்தி சாதுர்யமானது.

நகர் நீங்கும் பாயிரம் சுடர்ந்தோங்கும் நிறமிகளின் நூற்றெட்டாவது ஊர்வலப்பதிவுகளில் நீட்டம் தூண்டிப் புகும் அலகின் அளவிடையை வரைந்து கொண்டிருக்கிறான்

கீர்த்திமேகன். இருபத்தொரு மேகிகள் துயிலக் கூடுமான அறைக்குள் தேரோட்டியின் கனவுகள் நடமாடித் திரிகின்றன. ஒரு கனவின் முதுகெலும்பைத் தனியே பிரித்து ஒரு படைக்கலம் செய்யத் துணிகிறான் கீர்த்திமேகன். மரித்துப்போகின்ற தேரோட்டியின் கனவு மறுநாள் செய்தித்தாளாக அறையைவிட்டு வெளியேறிப் புத்தக நிலையத்தைச் சென்றடைந்த கதியில் சுழற்சிக் குட்படத் தொடங்குகிறது. அறைக்குள் நிகழ்ந்திருக்கக்கூடிய அசம்பாவிதங்கள் செய்தித்தாளில் நிரல் நிரலாகப் பதிவாகி மோசமான உளநோய்க்குள்ளாகியிருக்கும் இளைப்பாறிய நீதிபதியின் வாய்வழியே உட்புகுந்து விகடகவியாக வெளிவருகிறது. அரிசிக்காகங்கள் இட்டு எண்ணிவைத்த முட்டைகளைக் கூழாக்கி விடுகின்றது விகடகவி. கொல்லிவாலன் வெளிவந்த பிறகும் சிறைக்குள் புத்தகங்கள் விழித்திருக்கின்றன. கொல்லிவாலன் பதினோராவது உலகில் சஞ்சரிக்கப்போகிறான். அங்கிருந்து படைவீடுகளின் அமைப்புக் கோட்டுப்படம் எதுவும் இதுவரை வெளிவரவில்லை. படைவீடுகளில்லாத உலகமெனக் கருதப் படுவது பதினோராவது உலகம். திருடர்களின் சக்கரவியூகம் சுழல்வது பதினோராவது உலகத்தை நடுநாயகமெனக் கருதி. திருடர்கள் சீருடை தரித்துக் கொண்டிருக்கின்றனர் பகலில். பதினோராவது உலகின் பகல் ஒரு நெடுங்கதை. மழை பொழிந்துபோன நாளில் தேளிரண்டு வெளிவந்து புணரத் தொடங்குவதைப் பார்க்கிறான் வசுதேவன். தேள்களைப் பதப்படுத்த பாதுகை... மிகப்பொருந்தும் கருவியாக நிறைவேற்றிய தீர்மானம். வாள் தீட்டிக் கொண்டிருப்பவர்களுக்கு அஞ்சி சக்கரதாரிகள் தவிர்க்கும் இரவுப் பிரயாணம். ஒன்றுக்கு மேற்பட்ட வேட்டைப் பற்களை அரைக்கிறது பிரயாணவாய். ஆரங்களை விலைமதிப்போர் வந்து சேராத வெறுமையுடன் தெரியும் ஆசனவாயில். அரிதாரிகளின் உருவங்களால் நிரம்பிவருகிறது ஊர்த்தெரு. வாகனங்கள் நெருங்கத் தொடங்குகின்றன தெருவில். மிதக்கும் தலைக்கவசங்களுக்காகச் சோனகன் அவிக்கும் வேர்க் கம்புப் பணியாரம் மணக்கிறது. அரிதாரிகள் அலைகின்றனர் நிறப்பூச்சுகளுக்காக. வெயில் உக்கிரமாகப் புதிர்களைப் பின்னு கிறது. தவிட்டுப் பாணுக்காக விரல்களின்அடையாளமுள்ள குஞ்சணில் காத்திருக்கிறது. சத்தங்களால் துரோகமிழைக்கின்றனர் வாகனச் சாரதிகள். வீதிகள் குறுக்கறுத்துக்கிளைக்கும் வெளி – மாடங்களில் பொருக்கு வெடிக்க வசுதேவனும் மற்றும் சிலரும் நடந்துகொண்டிருக்கும் நேரம் குக்குறுப்பச்சான்கள் நரைக்கத் தொடங்கியிருக்கும் வேம்பின் கிளைகளில் தங்குகின்றன. குறி மாறும் வழிபாட்டுத்தலங்கள் வார்ப்புச் சிலைகளால் சினமூட்டு கின்ற திருநாட்டின் தலைப்போதுகள் மின்னலிடம் ஒப்புவித்த பயனை வெட்டுக்கிளிகள் நுகர்கின்றன. கடவுளர்களுக்கிடையில்

முரண்பாடுகள் திருநாட்டின் வலதுகரங்களைத் துண்டித்து விடத் தலைப்படும் பெருநாள். வெள்ளரித் தோட்டங்களைப் பொம்மைகள் காவல்புரிந்து வருதலை வசுதேவனும் அவனது ஏழு ஆண் மகவுகளும் நம்பவேண்டியதில்லை. உலோகங்களால் வேயப்பட்டு வரும் பொம்மைகளில் ஒன்றுதான் பச்சைக்கண் அரக்கன். பூச்சிகள் அரித்துத் தின்ன முன்பாக பச்சைக்கண் அரக்கன் ஆயிரத்தொரு வெட்டுக்கிளிகளைத் தின்றுவிடுவா னென்றே தோன்றுகிறது. கடவுளின் புடமிடும் சூளைக்குள் வெதுப்பப்பட்டுக்கொண்டிருப்பது எதிர்வினையாளனின் வசனங்கள். நெடுந்தூர ஓட்டக்காரர்களில் சிலர் விசாரணை களுக்காக அழைக்கப்படவிருக்கின்றனர். பதின் நரம்பு வீணை யால் கடவுளின் புகழ்பாடுவது சாலச்சிறந்தது என்பது பாணர் களில் அநேகருக்குத் தெரிந்துள்ளது. அரண்மனைக்கு எழிலூட் டும் செதுக்கிய சிலைகளாக்கத் தம் புதல்வியரை மந்திரி குமார்கள் அழைத்துச் செல்லக்கூடும். பச்சைக்கண் அரக்கன் இதைக்காணக் கண்விழித்தபடியே ஆமணக்குகளுக்கிடையில் மறைந்திருப்பான். படைக்கலங்கள் கலகலக்கத் தொடங்குகின்றன.

ஒவ்வொரு பச்சைக்கண் அரக்கனினதும் பற்கள் கூரியவாள், கீழ்வாய் பற்கள் தீட்டிய கத்தி. இவர்கள் நகரத்தில் வசிக்கும் தவளைகள் அனைத்தையும் துரோகிகள் என்றழைத்து விழுங்கி விடுவார்கள் எனும் எதிர்வுகூறல் வசுதேவனின் நிழலாகப் படர்ந்து கொண்டிருக்க அட்டைப்பூச்சிக்கு, 'தா, தா' எனக்கத்தும் இரு புதல்வியர் இருந்துவருதல் தெரியவரும். போதுமென உரைக்காத அனல் நாக்கை நீட்டுகிறது. கடவுளை ஏளனம் செய்யும் விழிகளையும் ஆழ்வார்களை இகழும் நாக்குகளை யும் காகங்கள் கோதவும் கழுகுகள் பிடுங்கவும் ஒழுங்குகள் மேற்கொள்ளப்படுகின்றன. நகரத்துப் பெண்கள் அனைவரும் தவளைகளாகப்படுகின்றனர். தவளைகள் விலைமகளிராவது பின்தொடரும் கதையின் ஆரம்பவரிகளில் ஒன்றாகும். விலை மகளிர் நடந்து கொள்ளும் முறை இதுவே அவர்கள் உணவருந்திய பின்வாயைத் துடைத்துவிட்டு உணவருந்தவில்லையென்கிறார் கள். கடவுளை மகிழ்ச்சியால் நிரப்பும் ஆர்வமுள்ளோர் மிகுதி யாகப் பலிகளைச் செலுத்த ஆயத்தமாகின்றனர். இது பாசுரங் களை இசைக்கும் வழிப்போக்கர் தங்கியுள்ள விடுதியின் பின் புறத்தே நிகழ்வது. சூளைக்காவல் மாடத்தைக் கடந்து அகன்ற மதில்வரைசெல்ல வழிப்போக்கர்களுக்கு அனுமதி வழங்கப் படாத நிலையில் காலமுகன் விடுதியிலிருக்கும் நூறுபேர் பாதுகாப்பாக வெளியேறிச்செல்ல ஒரு வாயிலை அமைக்கின் றான். விதவைகளின் உள்ளத்தைக் களிப்பால் பாடச்செய்யும் காலமுகன் எடையிழந்தவனாகப் பச்சைக்கண் அரக்கனின் பற்களுக்கு இரைப்படாதவனாகத் தன்னால் ஏற்படுத்தப்பட்

டிருந்த வாசல் வழியே வெளியேறுகிறான். புழுதியும் சாம்பலு மாகிவிட்ட நூறுபேரும் அவனைத் தொடர்ந்து வெளியேறிக் கொண்டிருப்பதால் விதவைகளின் உள்ளத்தைக் களிப்பால் பாடச்செய்கின்ற ஒருவரேனும் இல்லாதொழிகின்றனர். வெளி வாசலின் மருங்குகளில் படைக்கலங்கள் விழிந்திருந்து செவி மடுக்கின்றன வெளியேறக் காத்திருப்போரின் காலடியோசைக் காக. படைக்கலங்களில் முக்கியமானது 'பச்சைக்கண் அரக்கன்'. படைக்கலங்களைப் போலவே நாய்களும் உறங்குவதில்லை. உறங்கா நிலையின் நோக்கங்கள் பன்முகமானவை என்றுணர்ந் தவர் சிலர் நகரை விட்டு வெளியேறத் தருணம் பார்த்திருக் கின்றனர். கடலின் நாக்கு அருவருப்பானதென நம்புவோர் நகரத்தைவிட்டு வெளியேறிவிட முடியாது.

கடவுளின் இல்லத்தில் களஞ்சியசாலைகள் அவரது கட்டளைப்படி எழும்புகின்றன. இயந்திரசாதனங்களாலும் படைக்கலங்களாலும் நிரம்புகின்றன. களஞ்சியசாலைகள் மக்களுக்குப் படைக்கலங்களை ஏந்திய கடவுளைத்தான் தெரிந் திருக்கின்றது. நிராயுதபாணியாக நிற்கும் கடவுளை அவர்கள் கடவுளென நம்புவதில்லை. இதனால் மக்கள் ஒன்றில் கடவுளை வணங்குவர் அல்லது படைக்கலத்தை வணங்குவர் என்பதுடன் படைக்கலத்தையும் கடவுளையும் சேர்த்து வணங்குவர். ஆனால் வேறு எவரையும் வேறு எதையும் மக்கள் வணங்க முன்வருவ தில்லை என நம்பிய கடவுளால்தான் தனது இல்லத்தில் களஞ்சியசாலைகள் அவரது கட்டளைப்படி எழும்புகின்றன. ஆடைகளும் படைக்கலங்களும் பறந்துதிரியும் காலப்பகுதிக்கு என்ன பெயரிடலாம்? கேகசி என்றொரு பெண் மரக்காலில் தானியங்கள் அளந்து விற்பாள் அல்லது பதுக்கிவைப்பாள். அவளிடம் கேட்டால் தெரியும் என்றொரு உரையாடலில் வசுதேவன் தற்செயலாகச் சொல்கிறான். அதைச் சில விமர்சகர் கள் பல்லக்கில் வைத்துக் காவிச் செல்கின்றனர். அவர்களுக்கு கேகசின் முகவரி தெரிந்திருக்காது. கேகசி கடவுளின் கோவில் அர்ப்பண விழாவில் நூற்றிருபது சிசுக்களையும் இருநூற்று முப்பது எருதுகளையும் இருநூறு கிடாய்களையும் நானூறு செம்மறிக் குட்டிகளையும் ஒப்புக்கொடுத்தாள் என்ற குற்றச் சாட்டு முன்வைக்கப்பட்டுள்ளது. அவளைக் கேட்டால் பாவம் போக்குப் பலி என்பாள். சூழல் கண்ணாடித் திரையினாலாக்கப் பட்டுள்ளது. விரும்பியபடி அசைய முடியாது எவராலும். அணுவளவு சமநிலை குழம்பினாலும் உடைந்து தூள்தூளாகி விடும் – எனக் கடவுள் செய்வித்த நீர்க்குழாய் எச்சரிக்கை விடுத்துப் பூச்சிகள் அரிப்பதென, நகர மக்கள் அவாவுவதைத் தாழிடுவதால் பாவங்களால் எலும்புகளில் வலுவில்லாமல் போகக் கடவது எனச் சபிக்கக்கூடிய செய்திகளைச் சேகரித்துக்

கொண்டுபோய் வெளியே பரப்பக்கூடியவர் கடவுளுக்கு இரண் டகமாகக் குதிகாலைத் தூக்கியவராகக் கருதப்பட நிலவுலகம் பகுதிபகுதியாகக் குலையும் நாள்களில் தேர்களைத் தீக்கு இரையாக்குவதைத் தவிரவும் வேறெதும் மாற்றுவழி கிடைத் திருக்குமா? என நாள்காட்டியைப் பார்க்கவும். தேர்ப்படை களாலும் குதிரைப்படைகளாலும் பூரித்துக்கொண்டிருப்பவர் கடவுள். அவர் வானலை வழியே விளம்பரத்தை ஒலிபரப்ப லானார். காட்டெருமைகளின் கொம்புகளில் சிக்கியுள்ள உள்ளூறுப்புகள் மெழுகாக உருகுவது எக்காலம்? வாளுக்கு இரையாகாமல் தப்பித்துச்செல்லும் வழி ஓர் அம்புக்குறிமூலம் காட்டப்பட்டிருக்க நாய்களின் வெறியிலிருந்து ஆருயிரைக் காப்பாற்றியாக முடியுமா? கடவுளுக்கு எண்ணற்ற மனைவியர். அவர்களில் ஒருத்தி திரட்சா. அவள் பொழுது சாய்ந்ததும் மாலை நேரத்து நிழல்களை நீளச்செய்கிறாள். உசாத்துணை யாக விளங்கிவருபவன் பச்சைக்கண் அரக்கன் தண்டிக்கப்பட வேண்டிய நரகமாக இருக்கிறாள் திரட்சா. கேணியில் நீர் சுரந்துகொண்டிருப்பதைப் பார்த்து நிற்போர் திரட்சா இதைப்போல் தீமைகளைச் சுரந்துகொண்டிருப்பதாகத் தமக்குள் இரகசியம் கதைக்கின்றனர். நகரில் தம் சிசுக்களில் சதைகளைக் கூடத் தின்னக்கூடியவர்கள் மிகுந்துவந்திருந்த நிலையில் விதவைகள் கொள்ளைப் பொருளாகினர். அவர்கள் வாய் திறப்பதுமில்லை கீச்சிடுவதுமில்லை. புறக்கணித்த முட்டை களைப் பொறுக்கி எடுக்கும் தீர்மானம் நிறைவேறுகிறது. யாழின் இசைப்பொலி பாதாளத்திற்குத் தாழ்த்தப்பட புழுக்கள் திரட்சாவின் கீழ்ப்படுக்கையெனவும் பூச்சிகள் அவளது போர்வை யெனவும் தெரிகிறது. வைகறைப் புதல்வனாகும் சுக்கிரக்கோள் வானத்திலிருந்து கீழுதிரும். பச்சைக்கண் அரக்கர்களது வலிமை குன்றச் செய்யக்கூடிய கோள்கள் வெட்டுண்டு தரையில் விழுமெனத் திரட்சாவின் சாபம். கடவுள் நாள்களைக் கண் காணித்துக்கொண்டிருக்க, போக்குவரத்து தடைபடும். அவர் வெயிலுக்குக் கட்டளையிட்டுக் காற்றின் எடையைக் கணித்துக் கொண்டிருக்கும்போது திரட்சா நெட்டுயிர்க்க அனுமதிக்கப் பட்டிருப்பதாகத் தோற்றம். ஊனுண்ணிப்பறவைகள் வாள் தரித்துச் செல்வோரது திசையில் பறந்துபோகின்றன. தெரு நாய்கள் வெயிலை நக்கத் தொடங்குகின்றன. பச்சைக்கண் அரக்கனின் உயிரைக் கடவுள் நிலக்கறையானுக்குள் பதுக்கு கிறார். பச்சைக்கண் அரக்கன் சிறுத்து மரத்துளைக்குள் சிக்குகிறான்.

◎

மூடுபெட்டி

அபி! கூர்ந்தமதி, செயலறிவு, மதிநுட்பம் இம் மூன்றும் அமையப்பெற்றவன் என நம்பி நீ தெரிவு செய் திருந்த கதைசொல்லி சின்னறைக்குள் நுழைந்து கதை சொல்வதற்கு முன்பிருந்த கால அவகாசத்தில் உள்ளிருந்த பொருட்களின் அட்டவணையெனத் தயாரித்திருந்தது கீழ்வருகின்றது.

பொருள்	அமைவிடம் – திசை	உள்ளடக்கம்
(அ) புத்தக அலுமாரி	தெற்குப் பக்கச் சுவரை நெருங்கி யிருந்தது.	நடைமுறைப் பாவனை யிலிருந்து விலக்கப் பட்ட புத்தகங்கள்; நாளிதழ்கள்; வார இதழ்கள்; சிற்றிதழ்கள்.
(ஆ) நாற்காலி	கிழக்குப் பக்கச் சுவரை நெருங்கி யிருந்தது.	கட்டமிடப்பட்ட கடவுளர் படங்கள்; குத்துவிளக்கு; ஊது வத்தி சொருகுவான்.
(இ) அலுமினிய, பிளாஸ்ரிக் பாத்திரங்கள்	வடக்குப் பக்கச் சுவர் தொடங்கி கிழக்குப் பக்கச் சுவர்வரைக் கும் அடுக்கப்பட் டிருந்தன.	பொட்டுச் சிலந்தி கள்; பல்லிகள், தத்து வெட்டியான்கள்; தூசிப் படிவங்கள்
(ஈ) தகரக் கொள்கலன்	கதவுச் சிறகுகளுக்கு முன்தள்ளி மேற்குப் பக்கம்.	ஓடியல்; புழுக் கொடியல்.

(உ) இருவர் அல்லது மூவர் உறங்கக் கூடிய கட்டிலொன்றின் வேறாக்கப் பட்ட பகுதிகள்	தென் மேற்கு மூலையில் அடுக்கி வைக்கப்பட்டிருந்தன.	எதிர்பார்க்க முடியாதது.
(ஊ) அணியப் பெட்டி	தென் மேற்கு மூலையில் இருவர் அல்லது மூவர் உறங்கக்கூடிய கட்டிலொன்றின் வேறாக்கப்பட்ட பகுதிகளுக்கிடையில்	சத்தகம்; கட்டிதழ்; குத்தூசி உழவார அலகு; மொட்டை அரிவாள்; பக்கச் சாவிகள்; வடிவத் துளைகளுள்ள சாவிகள்; துருவேறிய கம்பிச்சுருள்; குறடு; புரியாணிகள்

இந்த அட்டவணையில் சின்னறைக்குள்ளிருந்த மூடுபெட்டி தொடர்பாக எந்தக் குறிப்பும் இல்லை என்பதைக் கவனி. மூடுபெட்டி பொதுவாகப் பின்வரும் தேவைகளுக்காகப் பெண்களால் பாவிக்கப்பட்டுவந்திருப்பதாகக் கதைசொல்லி உனக்கு மழுப்புகிறான்.

(அ) பட்டுத்துகில்களைப் பேணுதல்.

(ஆ) ஆபரணங்களைப் பேணுதல்.

(இ) உணவு வகைகளைப் பேணுதல்.

சின்னறைக்குள் ஒரு மூடுபெட்டியிருந்தது. வழமையாக உனது அம்மாவானவள் பிட்டு, இடியாப்பம் முதலான உணவுப் பொருட்களை அதற்குள் கொட்டி மூடிவைப்பது வழமை. மூடுபெட்டியுடன் சின்னறைக்குள் ஒரு சட்டி நிறைய மீன் குழம்புமிருந்தது. கதைசொல்லி மூடுபெட்டியை நெருங்க நெருங்க மரைக் கருவாட்டு வாசனை கமழ்கிறது. மூடுபெட்டியைத் திறக்கிறான். பிரமிளின் சாயலைத் தரும் பதப்படுத்தப்பட்ட சடலம் உள்ளே மழுங்கடிக்கப்பட்டுள்ளது. சின்னறைக்கு வெளியே எவரோ நடமாடிக்கொண்டிருப்பது கதைசொல்லிக்குத் தெரிகிறது. நீ அல்லது புனைவுகளைச் செய்வதில் ஆர்வங் காட்டிவரும் யாரும் அறைக்குள் நுழைந்தால் வில்லங்கம் வரும் என்றுணர்ந்த கதைசொல்லி அதை மூடிப் புத்தக அலுமாரியைத் திறந்து அதனுள் மூடுபெட்டியை நுழைத்து நடைமுறைப்

பாவனையிலிருந்து விலக்கப்பட்ட புத்தகங்களாலும், நாளிதழ் கள்; வார இதழ்கள்; சிற்றிதழ்களாலும் பரப்பி மறைத்துவிட்டு ஊதுபத்தியொன்றைக் கொளுத்தி சொருகிவிட்டு சின்னறையை விட்டு வெளியேறுகிறான்.

கதைசொல்லி நிதிக்கணக்கியல் தொடர்பான பதிவுகளை மேற்கொள்வதில் நிபுணத்துவம் பெற்றவன் என்பது உனக்குத் தெரியும். அவன் சின்னறையை விட்டு வெளியேறிய கையுடன் வாசலில் உன் சிநேகிதி வினோ நின்றுகொண்டிருக்கிறாள். அவள் 133வது நாளாகக் கதைசொல்லியிடம் நிதிக்கணக்கியல் தொடர்பான பதிவுகளைப் படிக்க வந்திருந்தாள். கதைசொல்லி அவளைப் பக்க அறைக்கு அழைத்துச் செல்கிறான். நாற்காலி களை இழுத்துக்கொண்டு இருவரும் எதிரெதிரே உட்கார்ந்து கொள்கின்றனர். வினோ பதிவுப் புத்தகத்தைச் சொரசொரப் பான மேசையில் வைக்கிறாள். தூசிபறந்தலைகிறது. கதைசொல்லி மூன்று நிரல் காசேட்டில் பதிவுகளை மேற்கொள்வது எப்படி? என வினோவுக்கு விளங்கப்படுத்திக்கொண்டிருக்கிறான். வினோ தலையை மேலுங்கீழுமாக அசைத்துக் கேட்டுக் கொண் டிருக்கிறாள். இடையே இதுவரை அவளுக்கு விளக்கப்படுத்திய பகுதியிலிருந்து 24 பதிவுகள் வரக்கூடிய 12 நடவடிக்கைகளை உள்ளடக்கிய பயிற்சியொன்றை வழங்கி இரட்டைப் பதிவு களை எழுதிக்காட்டச் சொல்லிவிட்டு மேசையில் கைகளை வைத்து அமர்ந்திருக்கிறான். அவனிடம் இன்னும் பரபரப்பு இருந்துகொண்டிருக்கிறது.

வினோ இரட்டைப் பதிவுகளை எழுதத் தொடங்காமல் இருப்பது கண்டு கதைசொல்லி அதற்கான காரணத்தை அவ ளிடம் கேட்டபோது அவள் இவ்வளவு நாட்களாகத் தனது மார்பகங்களை அடிப்படையாக வைத்தே இரட்டைப் பதிவு களை மேற்கொண்டு வந்ததாகவும் இன்றைக்குத் தனது மார்பகங் கள் எங்கோ தவறிவிட்டதாகவும் தான் ஆடைகளை மூடுபெட்டி யொன்றினுள் பேணி வருவது வழமை என்பதால் மார்புக் கச்சை கழற்றி வைக்கும்போது மார்பகங்கள் தவறியிருக்கலாம் என நம்புவதாகவும், கதைசொல்லிக்கு இரகசியமாகச் சொல்லிக் கொண்டிருக்க அவன் எழுந்து பக்க அறையைவிட்டு வேகமாக வெளியேறி சின்னறைக்குள் நுழைந்து புத்தக அலமாரியைத் திறந்து மூடுபெட்டியைத் தேடினான். அது காணாமல் போயிருந் தது. இச்சம்பவம் நிகழ்ந்த பிறகு கதைசொல்லி 'தனிச்சுற்றுக்கு மட்டும்' வெளியிட்டிருந்த இரகசிய அறிக்கையில் மூடுபெட்டி காணாமல் போயிருப்பதுடன் உனக்கு நெருங்கிய தொடர் பிருப்பதாகவும், அதற்குப் பின்வரும் மூன்று காரணங்களை யும் அவன் குறிப்பிட்டிருந்தான்.

- நான் மூடுபெட்டியைத் திறந்து பார்த்தபோது அதற்குள் வினோவின் மார்புக்கச்சை காணப்படவில்லை.

- சமீபத்தில் 'அபி' காலசுப்ரமணியம் தொகுத்து 'அடையாளம்' வெளியீடாக வந்திருக்கும் 'பிரமிள் படைப்புகள்' எனும் புத்தகத்தை வாங்கியிருப்பதாகத் தகவல் கிடைத்துள்ளது.

- பசுக்களின் மீது அபிக்கு அபாரமான ஈர்ப்புள்ளது எனக்கு ஏற்கனவே தெரியும்.

அபி! கதைசொல்லியின் கூர்ந்த மதி, செயலறிவு, மதி நுட்பம் ஆகிய மூன்றினைப் பற்றியும் நீ என்ன நினைக்கிறாய்? கதைசொல்லி 'தனிச்சுற்றுக்கு மட்டும்' என வெளியிட்டிருக்கும் இரகசிய அறிக்கை உனக்குக் கிடைத்ததா?

◎

விட்டில் – சமகால அரசியல் பகுப்பாய்வு

நாங்கள் ஆவலுடன் எதிர்பார்த்திருக்கும் உரை எனும் திரவத்தில் மிதக்கிறது விட்டில். அந்திப் பொழுது களின் கனதியை நெடுநாள்களாகத் தோற்கடித்து வந் திருந்த விட்டில் உரை எனும் திரவத்தில் மிதப்பதால் இனி வரும் நாள்களில் அந்திப் பொழுதுகளின் கனதியைத் தோற்கடிக்கக்கூடிய பூச்சி இனம் எதுவுமில்லை என்ற முடிவுக்கு வரலாம். பல்லியொன்று தனக்கு அபாயம் நெருங்கும் வேளைகளில் அறுத்துவிட்டோடும் வாற் துண்டத்தில் விட்டிலின் செட்டைத் துடிப்பை அவ தானிக்கலாம்.

அதிகாரம் பெற்ற புலனாய்வாளர்கள் நாளிதழ்களின் பாவனைக்காகப் பின்வரும் இரு வாக்கியங்களை மிதக்க விட்டுள்ளனர்.

1. விட்டிலின் மறுபெயர் அந்து.
2. அந்துவின் தற்கொலை உள்ளாடை எவருக்கும் பொருந்தக்கூடியது.

இலங்கையைத் தாயகமாகக் கொண்ட சில புலம் பெயர் அரசியல் விஞ்ஞானிகள் 'அந்து ஓர் அர்த்தநாரி எனும்போது அந்துவின் தற்கொலை உள்ளாடை எவருக் கும் பொருந்தி வரக்கூடியது எனும் வாக்கியம் நம்பகத் தன்மையற்றது' எனக் குறிப்பிடத் தவறவில்லை.

புராதன இலங்கையில் கபரக்கொய்யாக்கள் இருந்து வந்திருப்பதற்கான சான்றாதாரங்களைத் தேடி அகழ்வு வேலைகளைத் துரிதப்படுத்தி இருந்த அதிகாரம் பெற்ற புலனாய்வாளர்களிடம் ஓர் உணர்கொம்பு சிக்கியது.

விட்டிலுக்கும் உணர்கொம்பு இருப்பதால் கபரக்கொய்யாக் களுக்கும் விட்டிலுக்கும் நெருங்கிய தொடர்பு இருந்துவந்திருப்ப தாகப் புலனாய்வாளர் அறிக்கையொன்றை விடுத்திருந்தனர். எனினும் உரை எனும் திரவத்தில் விட்டில் மிதந்து கொண்டிருக் கக் கண்ட அறிவியல்வாதிகள் மௌனம் சாதிக்கின்றனர். 'கபரக்கொய்யாக்கள்' என்ற சிறுகதையை எழுதிய சோ. ரஞ்ச குமார் நாடோடியாகத் திரிய விருப்பம் தெரிவித்துள்ளபோதி லும் விட்டிலைப் பின்தொடர விரும்பாமைக்குத் தவிர்க்க முடியாத ஏதேனும் ஒரு காரணம் இருக்கலாம்.

விட்டில் ஏன் நத்தையுடன் சிநேகம் கொள்ளக் கூடாது? என்பது நமக்கு முன்னுள்ள கேள்வி. எனக்கு விட்டிலுடன் சிநேகிதமாயிருந்த நத்தையொன்றையும் நத்தையுடன் சிநேகித மாய் இருந்த விட்டிலொன்றையும் தெரியும். நத்தையொன்றினதும் விட்டிலொன்றினதும் உணர்கொம்புகள் ஒரேவிதமானவையா? என நாளாந்தம் என்னிடத்தில் கேள்வி எழுப்பி எந்த ஓர் ரகசியத்தையாவது கையகப்படுத்திக்கொள்ள முயன்றுவரும் புலனாய்வாளர்கள் முன்பொரு காலத்தில் காமதேனுவின் கோசலம் அருந்தியோர் எனத் தங்களை அறிமுகமாக்கிக்கொண்டு ஆய்வறிக்கைகளைக் கிறுக்கத் தொடங்கியவர்கள்தான் என்பது குறிப்பிடத்தக்கது. விட்டிலுக்குக் காமதேனுவின் கோசலம் (மூத்திரம்) மென்மஞ்சள் நிறமென்பதும் அது புழுத்த வெடி லடிக்கக்கூடியதென்பதும் தெரிந்திருந்தும் அவ்வியல்புகள் பற்றிய ஒரு சொல்கூட வந்துவிடாமல் பார்த்துக்கொண்டதுதான் 'புத்திக்கூர்மை' எனும் அரசியல் எண்ணக் கருவாகி பின்னாள் களில் நிறையளித்த சராசரியாக மாற்றியமைக்கப்பட்ட அரசியல் விஞ்ஞானப் பாடத்திட்டத்தில் சேர்க்கப்பட்டிருந்தது. இவ்வாறான விட்டிலால், விட்டிலுக்குத் தெரிந்திராத வகையில் முப்பத்தி யிரண்டு அரசியல் எண்ணக் கருக்கள் நிறையளிக்கப்பட்ட சராசரிகளாக உருவாகி அரசியல் விஞ்ஞானச் சுற்றோட்டத் தில் சிங்கபாகுவின் புதல்வியரது முலைகளைப் போலத் ததும்பிக் கொண்டிருக்கின்றன.

வர்த்தகரால் நெய்யப்படும் கச்சுகளையே சிங்கபாகுவின் புதல்வியர் அணிந்துவருகின்றனர். இதனால் அப்புதல்வியரின் முலைகள் வசீகரம் என்ற மாயம் தொற்றித் ததும்புகின்றன என்பதை அறிந்திருந்த ஒரேயொரு பூச்சியினமும் விட்டில்தான்.

அரசியல் விஞ்ஞானத்தில் எழுப்பப்படும் பல்தேர்வு வினாக் களுக்கு மிகப் பொருத்தமான விடையாக அமையக்கூடிய ஒரேயொரு பூச்சியினமான விட்டில் தத்துவெட்டியன்களின்

பகைவன் என்றொரு தகவலும் கிடைத்துள்ளது. வளர்ப்பவர்களால் 'சுசி' எனப் பெயரிடப்பட்ட ஒரு கடுவன் பூனைக்குத் தத்துவெட்டியன்களின் இருப்பிடம் பற்றிய துல்லியமான தகவல்களை விட்டிலே வழங்கியிருந்ததாகத் தற்போது ஒரு பொதுவான கருத்து நிலவிவருவதை அவதானிக்கலாம். சுசி பூனை இதுவரை 69 தத்துவெட்டியன்களைத் தின்று மணல்வெளியைத் தேடிப் போய்த் தோண்டி கழிவகற்றி மூடிவிட்டுவந்திருப்பதைப் புலனாய்வாளர் அவதானித்துள்ளார். இதற்கிடையில் எஞ்சியிருந்த தத்துவெட்டியன்கள் குழுமி விட்டிலுக்கு 'துரோகி' எனப் பெயரிட்டுள்ளன.

அண்மையில் புலனாய்வாளர் கிறுக்கியிருந்த அறிக்கையொன்றில் 'நாம் விட்டிலின்மீது அனுதாபம் கொண்டுள்ளோம். உரை எனும் திரவத்தைப் பற்றிச் சூழலியலாளர்களுக்குத் தெரிவிக்கத் தயக்கங்காட்டி வருகிறோம். விட்டில் எமக்கு மிகவும் அவசியமான பூச்சியினந்தான். எனினும் பாதுகாப்பு நோக்கம் கருதி விட்டில் எமக்கு முக்கியமான பூச்சியினமல்ல' எனக் குறிப்பிட்டுள்ளனர். இத்தகவலை விட்டிலுக்காகத் தெரிவிக்க மாத்திரமல்ல; தத்துவெட்டியன்களின் சித்தப்படி வசிக்க, நடக்க, விவகாரங்களை முன்னெடுக்கத் தொடர்புடையோர் அனைவருக்கும் படைக்கலங்கள் ஒதுக்கப்பட்டிருப்பது உங்களுக்குத் தெரிந்திருக்கும். ஆனால் விட்டிலின் அவயவங்களில் ஏதாவதொன்று நமக்குக் கிடைக்கக் கனாக் காண்கிறோம். பலரும் தமக்குரிய படைக்கலங்களை சுவடிக்கும்போதும் பிரயோகிக்க அவசியமாயிருப்பதன் காரணமும் இதுவேயாகும்.

விட்டில் ஒரு பூச்சியினமாக எழுத்தில் வருவதற்கு முன்னர் உற்ற பாடுகள் ஏராளம். விட்டிலும் வெட்டுக்கிளியும் நகர்வெளியில் உணர்கொம்புகள் நறுக்கப்பட்டு, காவலர் அறையிலே தலைகீழாகத் தொங்கவிடப்பட்டுச் சிறைத்துவத்திற்குட்பட்டது ஒரு சோக வரலாறு. இவ்வரலாறு நிகழ்ந்ததும் விட்டிலைப் பற்றி ஆவலுடன் எதிர்பார்த்திருந்த உரையொன்று வெளியாகியது. தத்துவெட்டியன்களின் சாபமே அவ்வுரையில் தேங்கியிருப்பதாக இறையியலாளர்கள் தமக்குள் பேசிக்கொள்ளத் தொடங்கினர். ஆனால் விட்டிலைப்பற்றி வெளியான முதலாவது எடுகோளில் விட்டிலுக்கு நகரவெளியில் கிடைத்த சரீரவேதனை; சிறைத்துவம்; பிரயாணக் களைப்பு என்பன விட்டிலைச் சோர்வடையச் செய்துவிடவில்லையெனக் கொள்ளப்பட்டிருப்பது தெரியவருகின்றது. இன்றும் விட்டில் கதைகளுக்குள் தனக்கிடப்பட்ட பணிகளைத் துணிவாக மேற்கொள்வதாகவே தகவல் கிடைக்

கிறது. விட்டிலைத் தவிர்த்த பூச்சியினங்களைப் பற்றி எழுத்தில் வராதபோதும் கதை நிகழ்த்த எமக்குச் சாத்தியமில்லாமலில்லை. கதையை வாய்மூலம் நிகழ்த்துவது மட்டுமன்றி அதை ஓர் ஆவணமாக மாற்றும்படியான கதை நிகழ்த்துதலில் எமக்குத் துணிவு அவசியமானது. ஏனெனில் விட்டில் இப்போது உரை எனும் திரவத்தில் மிதந்து கொண்டிருப்பதை நாமறிவோம். விட்டிலைப்போல் பிற பூச்சியினங்கள் எழுத்தில் வராவிட்டாலும் விட்டிலுக்குத் தோதான பாடுகளை வேதனை அடைந்திருக்கச் சாத்தியமுண்டு. அவற்றினது கதையையும் நிகழ்த்துவதற்கு இனி வரும் நாள்களில் எத்தனிப்போம்.

விட்டில் குறித்த புலனாய்வாளர் அறிக்கை வெளியாவதற் கான சாத்தியங்களும் சமகால அரசியல் பகுப்பாய்வை மேற் கொள்வதற்கு ஆகக் குறைந்தது ஒருவராவது உரை எனும் திரவத்தில் விட்டிலைப்போல் மிதந்துகொண்டிருக்க வேண்டும். அதற்காக சமகால அரசியல் பகுப்பாய்வை நிகழ்த்துவது சிரமம் என நாங்கள் பின்வாங்கிப் போகலாமா? ஓர் ஊசித்தும்பிகூட ஓர் அலுவலை மேற்கொள்ள விட்டிலை ஒருபோதும் நிறுத்தி வைத்ததில்லை. விட்டிலோ சொற்கேட்டுப் பறக்காத பூச்சி. பிறகு ஒரு சாணியுருட்டி வண்டை ஊசித்தும்பி ஓர் அலுவலை மேற்கொள்ள சமகாலத்தில் நிறுத்தி வைக்கலாம். ஒரு தடவையெனினும் எமக்கு சாணியுருட்டி வண்டை அளைந்த கைகளை மணந்து பார்க்கச் சந்தர்ப்பம் வாய்க்குமல்லவா. சிலவேளை புலனாய்வாளர் சாணியுருட்டி வண்டை அளைந்த கைமணம் காமதேனுவின் கோசலம் அளைந்த கைமணத்தை ஒத்திருந்ததாகக் கதைவிடலாம். எங்களுக்குத்தான் காமதேனு வின் கோசலத்தை அளைந்த கைமணத்தை நுகரச் சாத்திய மில்லையே!

சாணியுருட்டி வண்டை ஊசித்தும்பி தடைகளை நீக்கி வழிநடத்துவதோ ஒதுக்கப்பட்ட வேலையை முன்னெடுக்கத் தக்க துணிவை உருவாக்குவதோ சாத்தியமில்லை. அத்துணிவை உருவாக்கினால் சொற்களால் பறக்காத விட்டில்மீதான சினத்தை ஊசித்தும்பி சாணியுருட்டி வண்டைத் தவிர யாரிடம் காட்டும்? இதனால் ஊசித்தும்பி சாணியுருட்டி வண்டைத் தவிர்க்கா திருக்குமென உறுதியாக நம்புவோம். ஊசித்தும்பிக்குச் சினத்தை நிச்சயம் ஏற்படுத்துகிறவர் யார்? வேண்டாம் இந்தக் கேள்வி. விடையளிப்பது ஆபத்தானது. அநேகமாக விட்டில்பாடுகளை அனுபவிக்கும்போதுதான் சோர்வுக்குள்ளாகிச் சினமடைவ தாக அரசியல் விஞ்ஞானிகள் கருதுகின்றனர். புலனாய்வாளர்

களின் அறிக்கையிலுள்ள 'பிரமதேவி நிதம்பக் கண்திறந்து அநேகரைப் பொசுக்குவதற்கு முன்பாக ஒரு கண்ணறைகளின் தடுக்கைக் கண்டடைவது தேசியப் பாதுகாப்புக்குப் பங்கம் நேர்வதைத் தடுக்கும்' என்ற வசனத்தைக் கருத்திற்கொள்வது முக்கியமானது. புலனாய்வாளர்கள் கண்ணறைகளின் தடுக் கொன்றைத் தேடிக் கண்டெடுக்கும்வரை பாக்குவெட்டியின் பிரயோகத்தைத் தவிர்த்து ஒரு சத்தகத்தோடு பிரமதேவியின் நிதம்பக் கண்ணுக்குத் தப்பி முன்னேறுவதை எங்கும் காணாம லிருக்க ஒரு புலித்தோலைப் போர்த்திக்கொண்டுத் திரிவதை தற்காலிக முன்னேற்பாடாக எடுத்துரைத்துள்ளனர்.

மனித உரிமை ஆணைக்குழு, 'விட்டில் ஒரு பாடனுபவித்த பிரயாணி' என வசனப்படுத்தியுள்ளது என்றபோதிலும் பிரமதேவி யின் நிதம்பக் கண் விரிவதற்கு முன்னரே நெடுந்தூரப் பயண மொன்றினை உடனடியாக ஏற்பாடு செய்தல் விரும்பத்தக்க தெனத் தீர்மானிக்கலாம். ஆனால் பகல் என்றொரு பரதேசி இளித்துக்கொண்டு வருவதை அனுமதிப்பது பல்வேறு வழிகளில் ஆபத்தை விளைவிக்கக்கூடியது. பயணத்தின்போது அனுபவிக்கும் பாடுகளைப் பற்றிய தனிப் புதினமொன்றை விட்டிலுக்காக மட்டுமன்றித் தமக்காகவும் எழுத வேண்டியதாக இருக்குமென்பது பாடுகளை அனுபவித்த பிரயாணிகளின் கருத்தாகும். மேற்கொள் ளும் பிரயாணம் வழமைக்கு மாறானது என்பதால் பாடனுபவித்த பிரயாணிகள் எவரும் உரை எனும் திரவத்தினூடாக எதையும் நுகர்ந்துவிட முடியாது இனி. மாறாக, அவர்கள் தங்களையே விரயமாக்க வேண்டியதாக இருக்கும் எனக் கருதலாம் என்பதால், அவர்கள் உல்லாசப் பிரயாணிகள் போல் பனைவெல்லத்தை அனுபவித்து ஊர்சுற்றித் திரிய முடியாது. இதிலிருந்து அடி; உதை; குத்து; வெட்டு; சிறைத்துவம் என அளவில்லாப் பாடு களை உற்றவனே பாடனுபவித்த பிரயாணி என்னும் விட்டில் சந்தித்த பாடுகள் ஒவ்வொன்றுக்கும் தலை, வால் ஆகிய இரண்டும் தவிர்த்துவிடப்பட்டிருப்பதால் புலனாய்வாளர்களுக்கு மகிமை யளிப்பதாகின்றது. இந்தவொரு மகிமையளிப்பிற்காகவே புலனாய்வாளர்கள் நகரத்துள் கரணமடித்து அங்குமிங்கும் வில்லங்கம் கிளைக்க ஏழு தினங்களுக்கு ஊரடங்கும் உத்தரவை யும் தளர்த்தி நகர்நீங்கு படலத்தைத் தொடங்கினர்.

நகர்நீங்கும் படலத்தில் பாடனுபவித்த பிரயாணிகள் கூறியிருப்பதென்ன? 'நகரப்பிரவேசம் மகிமை தர இயலும். நகரில் வசித்த சொற்ப நாள்களும் நயமளித்ததை விட்டிலால் தெரிவிக்க முடியாத நிலையில் சில தமிழ்க் குழுக்களில் அங்கம் வகித்திருப்பதாகத் தகவல் கிடைத்துள்ளது.'

விட்டில் சார்ந்திருந்த தமிழ்க் குழுவில் அங்கம் வகித்தோர் பாடனுபவித்த பிரயாணிகள் என இச் சமகால அரசியல் பகுப்பாய்வை நிறைவுசெய்வது சாதுரியமானதெனக் கருது கிறேன்.

நாம் பல நோக்கங்களுடன் பல பிரயாணங்களைத் தொடர லாம். ஆயினும் எதிலும் மகிமைப்பட வேண்டிய நாமம் விட்டில் என ஒலி எழுப்பக்கூடிய சூழல் நிலை வராது என்ற சிந்தனை நமக்குத் தேவை. அகிளான்களைப் பாருங்கள். பாடனு பவித்த எந்த ஒரு பிரயாணியையும் குறுக்குமறுக்காகச் சந்திக்க அவற்றிற்குச் சந்தர்ப்பம் கிடைக்காது. இதனால் தவிர்க்க முடி யாத இரவுப் பயணங்களில் விட்டிலைப்பற்றி மூச்சுவிடாமல் அகிளான்கள் பேசிக்கொண்டிருப்பதைக் கேட்டுக் கொண் டிருப்போம்.

◎

நிகர எடை : 2 கிலோ கிராம்

எழுத்தாளர் மநுபுத்திரனுக்கு இந்தக் கடிதம் 25.07.2008 திகதியில் கிடைத்தது.

எனது இல.
NP/03/09/01/07
கல்வி பண்பாட்டலுவல்கள் விளையாட்டுத்துறை –
அமைச்சு
வடக்கு மாகாண சபை
கன்னியாவீதி
வரோதயநகர், திருக்கோணமலை.
2008.06.23

அன்புடையீர்,

தங்களால் வெளியிடப்பட்ட 'ஒரு கழுதையும் சில பேராசிரியர்களும்' எனும் நூல் கொள்வனவுக்காக எங்களால் தெரிவுசெய்யப்பட்டுள்ளது என்பதை மகிழ்ச்சியுடன் அறியத் தருகின்றோம்.

தங்களது நூலின் 50 பிரதிகளுடன் நாம் இத்துடன் அனுப்பியுள்ள விண்ணப்பங்கள் இரண்டினையும் பூரணப் படுத்தி அவற்றோடிணைந்த உறுதிச் சீட்டில் ஐந்து ரூபா முத்திரையொன்றினையொட்டி கையொப்பமிட்டு பதிவு அஞ்சல் மூலம்,

உதவிப்பணிப்பாளர்
பண்பாட்டலுவல்கள் திணைக்களம்
கல்வி அமைச்சு, வடமாகாணம்
வரோதயநகர்
திருக்கோணமலை.

எனும் முகவரிக்கு 31.07.2008 திகதிக்கு முன் அனுப்பி வைக்கவும். நேரிலும் கையளிக்கலாம் –

இவ்வண்ணம்

என் ஸ்ரீதேவி
(உதவிப்பணிப்பாளர்)

'ஒரு கழுதையும் சில பேராசிரியர்களும்' என்ற நூலுரு வாக்கத்திற்கான வரலாற்றுப் பின்னணி இதுதான்.

கொழும்பிலுள்ள வாகினி அச்சகம் மநுபுத்திரனின் சிறுகதைகள் அடங்கிய நூலொன்றை வெளியிட விரும்பியதுடன் அந் நூலில் 100 பிரதிகளை மநுபுத்திரனுக்கு இலவசமாக வழங்குவதாகவும் உத்தரவாதமளித்துக் கடிதமொன்றினை அனுப்பியது. அக்கடிதத்திற்கு இணக்கந் தெரிவித்து மநுபுத்திரனால் பதில் கடிதம் அனுப்பப்பட்டதும் நூலாக்கப் பணி துரிதமாக ஆரம் பிக்கப்பட்டு மூன்று மாதங்களில் 'ஒரு கழுதையும் சில பேராசிரியர் களும்' நூலுருப் பெற்றது. ஒரு மாத காலத்திற்குள் வாகினி அச்சகம் மநுபுத்திரனுக்கு வழங்கியிருந்த உத்தரவாதத்தி னடிப்படையில் ஒவ்வொன்றும் 150 ரூபா விலையிடப்பட்ட 100 பிரதிகளை இலவசமாக அனுப்பிவைத்தது.

'ஒரு கழுதையும் சில பேராசிரியர்களும்' மநுபுத்திரனிடம் வந்து சேர்ந்ததும் – அவர் நூல் வெளியீட்டு விழாவொன்றினை ஏற்பாடு செய்து நடாத்தி முடித்தார். இந்நூல் வெளியீட்டு விழா தொடர்பான வரவு செலவு விபரங்கள் வருமாறு:

செலவுகள்		வருமானங்கள்	
மண்டபவாடகை	2000	முதற்பிரதி	500
வடை	405	சிறப்புப் பிரதிகள்	2500
தேநீர்	270	சாதாரண பிரதிகள்	2400
ஒலிபெருக்கி	700	வருமானத்தை	
பத்திரிகை விளம்பரம்	950	மிஞ்சிய செலவு	1675
அழைப்பிதழ்(100)	900		
தபால்செலவு	500		
படப்பிடிப்பு	600		
இலவச நூற்பிரதிகள்	750		
	7075		**7075**

'ஒரு கழுதையும் சில பேராசிரியர்களும்' வெளியீட்டு விழாவிற்குப் பின்னர் மநுபுத்திரன் தனது கைவசமிருந்த பிரதி களில் ஐம்பதை பத்துவீத விலைக் கழிவில் கோபாலசிங்கம் புத்தகசாலைக்கு விற்பனை செய்ய முன்வந்தார். கோபால சிங்கம் புத்தகசாலையினர் முப்பத்தைந்து வீத விலைக்கழிவிலேயே தாங்கள் எந்தவொரு நூலையும் கொள்வனவு செய்வதாகவும் எல்லாப் பிரதிகளும் விற்றுத் தீர்ந்த பின்னரே பணம் வழங்கப் படும் எனவும் நிபந்தனைகளை விதித்தனர். பிற புத்தகச்சாலை கள் இருபத்தைந்து வீத விலைக்கழிவிற்குப் புத்தகங்களைக்

கொள்வனவுசெய்யத் தயாராகவிருப்பதாகத் தெரிவித்தனர். இதனால் புத்தக சாலைகளுக்குப் பிரதிகளை விற்பனை செய்யும் முயற்சியைக் கைவிட்டிருந்த மநுபுத்திரன் யாழ்ப்பாணத்து நாளிதழ் ஒன்றில் கல்விப் பண்பாட்டு அலுவல்கள் திணைக் களம் நூலாசிரியர் ஒருவரிடமிருந்து 5000 ரூபா பெறுமதியான நூற்பிரதிகளை எவ்விதக் கழிவுகளுமின்றிக் கொள்வனவு செய்ய வுள்ளதாகவும் பொருத்தமானவர்களை விண்ணப்பிக்குமாறும் வெளியாகியிருந்த தகவலை வாசித்து அகமகிழ்ந்தவராக அத் திணைக்களத்தின் முகவரிக்கு விண்ணப்பமொன்றினை அனுப்பி வைத்தார். இரண்டு மாதங்கள் கடந்த நிலையில் விண்ணப்பத் திற்குப் பதிலேதுவும் கிடைத்திராததால் மநுபுத்திரன் தமது இலக்கிய நண்பனொருவனைச் சந்தித்துக் கலந்தாலோசித்த போது அவன், கல்விப் பண்பாட்டு அலுவல்கள் திணைக்களத் திலிருந்து எளிதில் பதில் கிடைத்துவிடாதென்றும் தனது சிநேகிதனொருவன் அத்திணைக்களத்தில் முக்கியப் பதவியொன் றினை வகித்துவருவதாகவும், அவனுக்கு ஒரு விதப்புரைக் கடிதத்தினை எழுதித் தருவதாகவும் அதனுடன் குறித்த நூலின் இரு பிரதிகளை அனுப்பி வைக்குமாறும் மநுபுத்திரனிடம் கூற அவர் உடனடியாகவே நண்பனது ஆலோசனைக்குச் சொல்வடிவம் கொடுக்க நூற்கொள்வனவுக்கான கடிதம் 25.07.08 திகதியில் மநுபுத்திரனின் முகவரிக்கு வந்து சேர்ந்தது.

25.07.2008 திகதிக்குப் பின்பாக 'ஒரு கழுதையும் சில பேராசிரியர்களும்' தொடர்பாக மநுபுத்திரன் மேற்கொண்ட நடவடிக்கைகள்:

1) 31.07.2008 திகதிக்கு முன்பாக கடுகதி அஞ்சல் மூலமாக 50 நூற்பிரதிகளைப் பொதிசெய்து நூற்கொள்வனவுக் கான கடிதத்தில் குறிப்பிட்டிருந்த முகவரிக்கு அனுப்பி வைக்க பிரதம அஞ்சலகம் சென்றார். நாட்டில் நிலவும் அசாதாரண சூழ்நிலை காரணமாக தேசியப் பாதுகாப் பினைக் கருத்திற்கொண்டு பொதி அனுப்பும் சேவை தற்காலிகமாக நிறுத்திவைக்கப்பட்டுள்ளதாக அஞ்சலதிபர் மநுபுத்திரனிடம் வருத்தத்துடன் தெரிவித்தார்.

2) 50 நூற்பிரதிகளைப் பொதிசெய்து அனுப்பும் முயற்சி யில் சற்றும் மனந்தளராதவராக எழுத்தாளர் மநுபுத்திரன் தனியார் பொதியனுப்பும் சேவை நிலையமான 'அருள் முருகன் கொம் நெற்' நிறுவனத்தை அணுகியபோது பிரதம அஞ்சல் அதிபர் சொன்ன அதே பதிலையே குறித்த சேவை நிலைய உரிமையாளரும் வருத்தத்துடன் தெரிவித்தார்.

3) தனது முயற்சியில் சற்றே மனந்தளர்ந்து வீடு திரும்பிய மநுபுத்திரனுக்குத் தேசிய பாடசாலையொன்றில் ஆசிரியை யாகப் பணியாற்றும் அவருடைய மனைவி தன்னுடன் பணியாற்றும் ஆசிரியையொருத்தியின் கணவன் 27.07.2008 திகதியில் விமான மூலம் திருக்கோணமலைக்குப் பயண மாகவிருக்கும் சங்கதியைத் தெரிவிக்க – உற்சாகமடைந்த வரான மநுபுத்திரன் குறித்த ஆசிரியையுடன் மனைவி மூலமாகக் கையடக்கத் தொலைபேசியில் தொடர்பு கொண்டு 50 நூற்பிரதிகளின் பொதியொன்றை அவ ளுடைய கணவனால் எடுத்துச் செல்ல முடியுமாவென விசாரித்தார். அவள் இது தொடர்பில் தன் கணவனிடம் கேட்டுவிட்டு இரவு 9 மணிக்கு முன்பாகத் தொடர்பு கொண்டு முடிவினை அறிவிப்பதாகச் சொன்னாள். அன்றைய தினம் (26.07.2008) இரவு ஒன்பது மணியைக் கடந்தும் குறித்த ஆசிரியை தொடர்புகொள்ளாததால் திரும்பவும் மநுபுத்திரனின் துணைவி கைத்தொலைபேசி மூலமாக அவளுடன் தொடர்புகொண்டார்.

அப்போது அவள் தனக்கு எவ்வளவோ முயன்றும் தொடர்பு கிடைக்காததால் ஒன்பது மணிக்குமுன் தொடர்புகொள்ள முடியவில்லையென்றும் தன் கணவன் விமான மூலம் 50 கிலோகிராம் நிகர எடையுள்ள பொருட் களை மாத்திரம் கொண்டு செல்ல அனுமதிக்கப்பட்டுள் ளார் என்றும் அவர் 48 கிலோகிராம் பொருட்களைக் கொண்டு செல்வதால் மநுபுத்திரனிடமிருந்து 2 கிலோ கிராமுக்கு மேற்படாத பொதியை எதிர்பார்ப்பதாகவும் தன் கணவர் 27.07.2008 அன்று காலை 5:30 மணிக்கு வீட்டிலிருந்து புறப்பட வேண்டியுள்ளதால் அதற்கு முன் பாகப் பொதியைத் தனது வீட்டிற்குக் கொண்டு வரும் படியும் தெரிவித்தாள் – மநுபுத்திரன் வீட்டில் தராசு போன்ற நிறுக்கும் கருவிகள் ஏதுமில்லை. அத்தோடு இரவு 9 மணிக்கு ஊரடங்கு உத்தரவு அமுலுக்கு வந் திருப்பதால் வெளிக்கடைகளுக்குச் சென்றும் நிறையிட முடியாது.

எனினும் அயல் வீட்டிலுள்ளவர் வெங்காயம் மற்றும் வாழைக்குலைகளை விற்பனை செய்பவர் என்பதால் அவரிடம் விற்றராசு ஒன்று கைவசமிருப்பதை மநுபுத்திரன் அறிந்திருந்தார். எனவே வீட்டுக்குப் பின்புறமாகவிருந்த மதிலில் நின்று அயல் வீட்டவரைக் கூப்பிட்டார். அயல் வீட்டவர் வளர்த்துவரும் மூன்று நாய்களும் மநுபுத்திரன் கூப்பிட்ட சத்தங்கேட்டு வெருண்டு குரைத்தன. பத்து

நிமிடங்களாகத் தொடர்ந்து கூப்பிட்டதில் அயல் வீட்டார் பதுங்கிக் கொண்டு வெளியே வந்து என்னவென்று விசாரித் தார். மநுபுத்திரன் அவரது விற்றராசைக் கேட்டதும் இவரை ஒரு மனநோயாளிப் பார்ப்பது போலப் பார்த்து விட்டுப் போய் ஐந்து நிமிடங்கள் கழித்து விற்றராசைக் கொண்டு வந்து மநுபுத்திரனிடம் நீட்டும்போது அதிகாலை யில் தனக்கு விற்றராசு தேவையென்று சொன்னார். அதற்கு மநுபுத்திரன் உடனே திருப்பித் தருவதாகச் சொல்ல வேண்டாம் அதிகாலையில் தானே கூப்பிட்டு வாங்குவ தாகவும் அத்தராசு ஒரு கிலோகிராம் கூடுதலாகவே நிறையிடுமென்றும் சொல்லிச் சென்றார்.

4) விற்றராசைப் பெற்று குதூகலத்துடன் திரும்பிய மநுபுத்திரன் தன் மனைவி மற்றும் மகளின் உதவியுடன் 50 நூற்பிரதிகளைப் பொதிசெய்து நிறையிட்டபோது 3 கிலோகிராம் காட்டவும் மனத்திருப்தியடைந்தவராய் அதிகாலையில் பொதியுடன் புறப்படுவதற்கான ஆயுத்தப் படுத்தல்களுடன் உறங்கச் சென்றார்.

5) 27.07.2008 அன்று அதிகாலை 4 மணிக்குக் கண்விழித்த மநுபுத்திரன் ஊரடங்கு தளர்த்தப்படும் நேரமான 4:30 மணிவரை காத்திருந்துவிட்டு 4:35 மணிக்கு துணைவியார் வழியனுப்ப அவரது வீட்டிலிருந்து ஒருகிலோ மீற்றர் தூரத்திலிருந்த குறித்த ஆசிரியையின் வீட்டை நோக்கி 50 நூற்பிரதிகள் கொண்ட பொதியுடன் சைக்கிளில் புறப்பட்டார் – பிரதான வீதிக்கு வந்தபோது அங்கே இராணுவத்தினர் இருவர் நின்றுகொண்டிருந்தனர். மநுபுத்திரன் அவர்களை நெருங்கியபோது இன்றைய தினம் இப்பகுதியில் சுற்றிவளைத்துத் தேடுதல் நடத்த விருப்பதால் எவரையும் பிரதான வீதிக்கப்பால் செல்ல அனுமதிக்க முடியாதெனவும் மநுபுத்திரனைத் திரும்பச் செல்லுமாறும் கூறினர். மநுபுத்திரன் நிலைமையை விளக்கிச் சொல்லியும் அவர்கள் அவரைப் பிரதான வீதிக்கப்பால் செல்ல அனுமதிக்கவில்லை. அவர்களைச் சபித்தவாறே தனக்குத் தெரிந்த ஒழுங்கையொன்றிற் குள்ளால் பயணத்தைத் தொடர்ந்தார். பிரதான வீதி யால் 30 நிமிடங்கள் செலவழித்துக் குறித்த வீட்டைச் சென்றடையக்கூடிய நிலையில் 50 நிமிடங்கள் செலவிட்டு ஒழுங்கைகளுக்குள்ளால் பயணம் செய்து 5:20 மணி யளவில் குறித்த வீட்டைச் சென்றடைந்தார்.

6) மநுபுத்திரனின் நூற்பொதியைத் தூக்கிப் பார்த்த குறித்த ஆசிரியையின் கணவர் இது இரண்டு கிலோவுக்கு மேல் வருமே எனக்கூறித் தன்னிடமிருந்த கிண்ணத்தராசில் நிறுத்திப் பார்த்தார். அது 3.5 கிலோகிராம் காட்டவும் மநுபுத்திரனை எரித்துவிடுவதுபோல் பார்த்தார் – ஒருவாறு நிலைமையைச் சமாளித்த மநுபுத்திரன் பொதியிலிருந்து 30 நூற்பிரதிகளை உருவி எடுத்தார் – திரும்பவும் நிறுத்திப் பார்த்தபோது கிண்ணத்தராசு 2 கிலோ கிராமைக் காட்ட அந்தளவில் நிம்மதிப் பெருமூச்சுவிட்ட மநுபுத்திரன் ஆசிரியையின் கணவனிடம் 20 நூற்பிரதிகள் கொண்ட பொதியையும் பதில் கடிதத்தையும் கையளிக்க அவர் அரை மனத்துடன் பெற்றுக்கொண்டார். வீடு திரும்பும் வழியில் மனுபுத்திரன் 20 x 150 எனக் கணக்கிடத் தொடங்கினார்.

◎

நயனியின் கண்ணாடிக் கதவுகள்

இருள் கவியத் தொடங்கியதும் அழகுசாதனப் பொருள் வியாபாரியாக ஊருக்குள் அறியப்பட்டிருந்த நயனியின் அப்பா மார்பளவு உருவங்காட்டும் கண்ணாடி ஒன்றுடன் வீட்டினுள் நுழைகிறார். ஏற்கெனவே வீட்டிலிருந்த மார்பளவு உருவங்காட்டும் கண்ணாடி இரசம் மங்கிப்போனதால் காலையில் நெசவுசாலைக்குச் செல்லும் போது நேர்த்தியாகத் தலைவாரிக்கொள்ளவோ அழுத்தமாகப் பொட்டிடவோ நயனி சிரமப்பட வேண்டியிருந்தது. இனி அந்தச் சிரமத்தை எதிர்நோக்க வேண்டியிருக்காதென அப்பா கொண்டு வந்திருந்த கண்ணாடியைக் கண்டதும் நயனிக்குத் தோன்றியது. அப்பா கண்ணாடியை வாங்கி வந்திருந்தது அம்மாவுக்குப் பிடிக்கவில்லை. “கண்ணாடியைப் பார்ப்பது ஆண்களின் ஆயுளைக் குறைத்துவிடும். பெண்களை நடத்தை கெட்டவர்களாக்கிவிடும்” என்று அவள் அப்பாவிடம் சொல்லிக் கொண்டிருக்கிறாள். அப்பாவோ அவள் சொல்வதைப் பொருட்படுத்தாதவராய் நடுக்கூடத்தில் ஆணியடித்துக் கண்ணாடியை மாட்டுகிறார்.

2

வீட்டின் நடுக்கூடத்தில் அநேகம் பேர் குழுமியிருக்கின்றனர். அம்மா ஒப்பாரிவைத்து அழுதுகொண்டிருக்கிறாள். அப்பா இறந்துவிட்டார் போலும். சடலத்தைக் காணவில்லை. அடக்கம் செய்யப்பட்டிருக்கலாம். கண்ணாடி சுவர்ப்பக்கமாகத் திருப்பிவைக்கப்பட்டுள்ளது. சிலர் மலர்வளையங்களுடன் வீட்டுக்குள் நுழைந்து நடுக்கூடத்தில் அவற்றை வரிசையாக நிறுத்திவிட்டுத் தலை

கவிழ்ந்து நின்றுகொண்டிருக்கின்றனர். அவர்கள் அப்பாவுடன் நெருங்கிய சிநேகங்கொண்டிருந்த அழகு சாதனப் பொருள் வியாபாரிகளாக இருக்க வேண்டும். நிகழ்ந்து கொண்டிருப்பதை யெல்லாம் அதிர்ச்சியுடன் பார்த்துக் கொண்டிருக்கும் நயனி இதுவரை சுவரில் மாட்டப்பட்டிருந்த கண்ணாடியைக் காண வில்லையென்றதும் பதற்றமடையத் தொடங்குகிறாள். அப்போது ஒரு பதின்மவயது மதிக்கத்தக்க இளைஞன் நடுக்கூடத் தைக் கடந்து வீட்டுக்கு வெளியே போய்க்கொண்டிருக்கிறான்.

3

காலையில் நெசவுசாலைக்குப் போகிறாள் நயனி. வழமை யாக அவளுடன் கூடிவரும் வாகினியைக் காணவில்லை. வீதியின் எம்மருங்கிலாவது வாகினி தென்படுகிறாளா? எனப் பார்த்துக்கொண்டே நெசவு சாலையை நோக்கிப் போகிறாள் நயனி. பிள்ளையார் கோவிற் குளத்திற் குளித்துக்கொண்டிருக்கும் பெண்கள் நயனியைக் கண்டதும் தமக்குள் ஏதோ இரகசியம் பேசிக்கொண்டே சிரித்துக் கொள்கின்றனர். அவர்களுக்குள் வாகினி தென்படுகிறாளா? எனக் கூர்ந்து பார்க்கிறாள் நயனி. அங்கேயும் வாகினி இல்லை. நயனி நெசவுசாலைக்கு வந்து சேர்ந்ததும் அங்கே வாகினி தனியே நின்று கொண்டிருக்கிறாள். ஏனோ நயனிக்கு அவளை எதுவுமே கேட்கத் தோன்றவில்லை. அப்போதுதான் பார்த்தாள். நெசவுசாலையின் எந்தப் பக்கமும் கதவுகளில்லாமல் வெறும் சுவராக இருக்கிறது.

“என்னடி கதவுகளில்லாமல் நெசவுசாலைக்குள் எப்படிப் போவது?” என நயனி அவளைக் கேட்க அவள் நிலத்தில் கிடந்த கரித்துண்டு ஒன்றை எடுத்துச் சுவரில் கதவொன்றினை வரைந்துவிட்டுக் கையால் அழுத்த அது கதவாகத் திறந்து கொள்கிறது. முதலில் வாகினி உள்நுழைகிறாள். அவளைப் பின்தொடர்கிறாள் நயனி. உள்ளே பதினோரு நெசவு இயந்திரங் களுக்குப் பதிலாக ஒன்பது இயந்திரங்கள் மட்டுமேயிருக்கின் றன. வழமையாக நயனியும் வாகினியும் அமர்ந்திருக்கும் இயந்திரங்கள் இரண்டிற்கும் பதிலாக இரு ஆளுயரக் கண்ணாடி கள் நிறுத்திவைக்கப்பட்டிருந்தன. அவர்களிருவரும் கண்ணாடி களுக்கு முன்பாக வந்து நின்றதும் அம்மணமாகிவிடுகின்றனர். இந்நிலையில் வெட்கமடையாமல் ஒருவர் மற்றவரின் வெற் றுடலை மிகுந்த ஆர்வத்துடன் பார்த்துக் கொண்டிருக்கின்றனர். நயனிக்குத் தன்னுடைய முலைகளைக் காட்டிலும் வாகினி யினுடைய முலைகள் மதர்த்திருப்பதாகத் தோன்றுகிறது. ஒரு கணம் அவளது முலைகளை வருடிச் சுவைக்கவும் எண்ணுகிறாள்.

தன்னுடைய யோனிக்குழலைக் காட்டிலும் உள்ளங்கையளவு வனமாகத் தோன்றும் மீன்வடிவிலான வாகினியின் யோனிக் குழலைப் பார்த்து நயனி வெட்கமடைந்து குறுகிக்கொள்ள எத்தனிக்கையில் கண்ணாடிகள் இருவரையும் காந்தம் கவர் வதைப் போல உள்ளிழுத்துக்கொள்கின்றன.

4

மதியம் திரும்பும் வேளை நயனி நெசவு சாலையிலிருந்து வீட்டுக்கு வருகிறாள். வீட்டில் அம்மாவைக் காணவில்லை. நடுக்கூடத்தில் பதின்மவயது மதிக்கத்தக்க இளைஞனொரு வன் நிர்வாணமாகப் படுத்துறங்குகிறான். அவனைக் கண்டு முதலில் அதிர்ச்சிக்குள்ளாகும் நயனி நேரக்கழிவில் அவனது வெற்றுடலை ஆர்வத்துடன் முழுமையாக இரசிக்கத் தொடங்கு கிறாள். திடீரென ஆண்குறி ஒரு கருநாகமாகப் படம் விரிப்பது போல் நிமிர்ந்து பம்பரமாகச் சுழலத் தொடங்குகிறது. அந் நேரம் குளியலறைக்குள்ளிருந்து அம்மா வெளிவருகிறாள். அப்போது மின்னல் வெட்டியது போல ஒளி தெறிக்கிறது. அந்த இளைஞனைக் காணவில்லை. நடுக்கூடத்தில் கண்ணாடி மட்டும் தொங்கிக் கொண்டிருக்கிறது.

5

அம்மா நாளங்காடிக்குள் நுழைகிறாள். அங்கே கண்ணாடி களுக்குப் பலன் சொல்லக்கூடிய உடலளவு நீளக் கூந்தலுடைய ஒருத்தியைச் சந்திக்கிறாள். இருவரும் ஒருவரையொருவர் தழுவி முத்தமிட்டுக் கொள்கின்றனர். பிறகு அம்மா வீட்டில் தொங்கும் கண்ணாடியின் பலனை அவளிடம் கேட்கிறாள். மாலையில் வீட்டிற்கு எடுத்துவரப்படும் கண்ணாடி ஆண் களின் வாழ்நாள்களை முழுவதுமாக உறிஞ்சி விடுமென்றும் பெண்களை முதிர் கன்னியராக்கி விடுமென்றும் சொல்கிறாள். “இப்போது வீட்டில் தொங்கிக்கொண்டிருக்கும் கண்ணாடி நான் தனியாக இருக்கும்போது என்னை அச்சுறுத்தும் விதமான மிகையொலியெழுப்பிச் சிரித்துக் கொண்டிருப்பதால் பகல் வேளைகளில் வீட்டை விட்டு வெளியேறித் தெருவில் அலைந்து கொண்டிருக்க நேர்கிறது. இந்நெருக்கடி நிலையைப் போக்க ஒரு நிரந்தரமான பரிகாரத்தினை எனக்குச் சொல்” என நயனியின் அம்மா உடலளவு நீளக் கூந்தலுடைய பெண்ணிடம் கேட்கிறாள். அதற்கவள் நயனியின் அம்மாவினது காதில் ஏதோ சொல்கிறாள். அம்மா அதைக் கேட்டுத் திகைப்படைந் தாலும் அதற்குடன்பட்டவளாகத் தலையசைக்கிறாள்.

6

அம்மா உடைகளை ஒவ்வொன்றாகக் களைந்துவிட்டு நிர்வாணமாக வீடெங்கும் அலைந்து கொண்டிருக்கிறாள். நாற்பத்தொன்பது வயதைக் கடந்துகொண்டிருக்கும் நிலையிலும் வடிவநேர்த்தி குலைந்துவிடாமல் பொங்கித் ததும்பும் அம்மாவின் முலைக்கோளங்கள் நயனியை வியப்பிலாழ்த்துகின்றன. அம்மாவை இந்த நிலையில் யாரேனும் காண நேர்ந்தால் அவளை ஓர் இருபத்தைந்து வயதுக் கன்னிக்குத் தாய் என்பதை சற்றேனும் நம்பமாட்டார்கள் என்றே நயனிக்குத் தோன்றுகிறது. எனது நாற்பத்தொன்பதாவது வயதில் அம்மாவை போன்று வடிவநேர்த்தி குலைந்து விடாமல் என்னுடைய முலைகளும் பொங்கித் ததும்புமா? என்ற கேள்வியுடன் இன்னும் முழுமையைப் பொங்காதிருக்கும் தனது குறுமுலைகளை நயனி வருடிக் கொள்கிறாள். அத்தருணம் நடுக்கூடமெங்கும் அனற்காற்றுத் தெறித்துப் பரவுவதை உணர முடிகிறது.

7

வழமைபோல் காலையில் நெசவுசாலைக்குப் புறப்படு முன்பாக கண்ணாடியைப் பார்த்த நயனி அதிர்ந்துவிட்டாள். கண்ணாடியில் எதுவுமே புலப்படவில்லை. அதன் மேற்பரப்பில் கருமை அடர்ந்திருந்தது. யாரோ பின்னால் நின்று தன்னைக் கண்காணிப்பதாகத் தோன்றவே திரும்பியவள் அம்மா நின்று கொண்டிருப்பதைக் கண்டாள். என்றுமில்லாதவாறு அம்மாவின் முகம் மலர்ந்திருப்பதாகவும் தோன்றியது. அத்தருணம் உடனடியாகவே வீட்டைவிட்டு வெளியேற வேண்டும்போலிருந்தது. நயனி வீதியில் இறங்கி நடக்கத் தொடங்கினாள். பெருமாள் கோயில் வீதியில் திரும்பியதும் வாகினி அவளுடன் சேர்ந்து கொண்டாள். அவள் நயனியைப் பார்த்து

“என்னடி தலை கலைந்திருக்கிறதே. இன்றைக்குக் கண்ணாடியைப் பார்க்கவில்லையா?” எனக் கேட்டாள்.

நயனி மிகுந்த துயரத்துடன் கண்ணாடிக்கு நேர்ந்துள்ள கதியை வாகினிக்குச் சொன்னதும் “கருமை அடர்ந்திருக்கும் எந்தவொரு கண்ணாடியும் நமக்குப் பிரயோகப்படாதென்பதால் அதை நீர் நிலையொன்றினுள் வீசிவிடுவதே புத்தி சாதுரியமானது” என்று வாகினி கூறிக் கொண்டிருக்கும்போதே நெசவுசாலையை அண்மித்துவிட்டனர். என்றும் தோன்றாத அதிசயமாக நெசவுசாலையின் நாற்புறமும் ஒற்றைக் கதவுகள் தென்படு

கின்றன. உள்ளிருந்து நெசவு செய்யும் ஒலி பலமாகக் கேட்கிறது. ஒருகணம் இருவருக்கும் எந்தக் கதவினூடாக உள்நுழைவ தென்பதைத் தீர்மானிக்க முடியவில்லை. பின்னர் நயனி மேற்குக் கதவினூடாகவும் வாகினி கிழக்குக் கதவினூடாகவும் உள்நுழை கின்றனர். உள்ளே வெற்றிடமாயிருக்கிறது. இப்போது வெளிப் புறமாக நெசவு செய்யும் ஒலி பலமாகக் கேட்கிறது. அவர்களிரு வரும் வெளியே செல்ல எத்தனிக்கும்போது கதவுகள் மறைந்து விடுகின்றன. வெளியே மழைபொழியத் தொடங்குகிறது. இதன் விளைவாக உள்ளே திரவக் கசிவு ஏற்படுகிறது. கணத்துக்குக் கணம் அக்கசிவு பளிங்கு நிறத்தில் பெருகிச் சுவரெங்கும் வழியத் தொடங்குகிறது. பிறகு வழிந்த திரவம் கெட்டியாகிச் சுவரெல்லாம் கண்ணாடியாகிவிடுகிறது. இந்நிலையில் அவர்க ளிருவரும் நிர்வாணமாகத் தோன்றுகின்றனர். வெளியிலிருந்து யாரோ சிரிப்பதைக் கேட்க முடிகிறது. அச்சத்தினால் ஒருவரை யொருவர் இறுகத் தழுவிக் கொள்கின்றனர். தொடர்ந்து தழுவிக் கொண்டிருப்பதால் அச்சம் நீங்கி இருவரும் பரவசத்துள்ளா கின்றனர். வாகினியின் முலைகளை வருடிச் சுவைக்க இதை விட்டால் வேறு சந்தர்ப்பம் வாய்க்காது என நினைக்கும் நயனி தனது எண்ணத்தை நிறைவேற்ற வாகினியின் கழுத்தை முகர்ந்தபடியே உதட்டைக் கீழிறக்கிய தருணம் வாகினியைக் காணவில்லை. இப்போது நயனி முன்பொருநாள் வீட்டின் நடுக்கூடத்தில் நிர்வாணமாகப் படுத்திருந்த பதின்மவயது இளைஞனையே தழுவிக்கொண்டிருக்கிறாள். நிலைமையை உணர்ந்து அவனிடமிருந்து விடுபட எத்தனிக்கும் நயனியை அவன் மூர்க்கமாகத் தழுவிக்கொண்டு புணரத் தொடங்கு கிறான். சற்று நேரத்தில் அவனுருவம் முழுமையாகக் கரைந்து அவனது மர்ம உறுப்பு மட்டுமே நயனிக்குள்ளியங்கிக் கொண் டிருக்கிறது.

8

ஒருபோதும் இரசம் மங்காத கண்ணாடிகள் நகரப் பல் பொருள் அங்காடியில் விற்பனைக்கு வந்திருப்பதாகக் கேள்விப் பட்ட நயனி அக்கண்ணாடிகளிலொன்றை வாங்கி வரப்போவ தாகச் சொன்னதும் வாகினி தானும் கூட வருவதாகச் சொல்லி யிருந்தாள். நயனி வீட்டை விட்டுப் புறப்படத் தயாரானபோது மழை பொழியத் தொடங்கியது. மழைநாள்களில் அவள் வழமை யாகப் பாவிக்கும் ஐந்து வண்ணக் குடையைத் தேடினாள். அதைக் காணவில்லை. “அம்மா எனது குடை எங்கே?” என்று கேட்டாள். பதிலில்லை. அம்மா வீட்டுக்கு வெளியே எங்காவது

குடையுடன் சென்றிருக்க வேண்டுமென நினைத்தவள் வேறு குடைகள் ஏதாவது அகப்படுமா? எனத் தேடிக் கொண்டிருந்த போது வாகினி வீட்டினுள் நுழைந்து கொண்டே "நேரமாகி விட்டதே. இன்னும் நீ புறப்படவில்லையா?" எனக் கேட்கிறாள்.

"வெளியே மழை பொழிந்துகொண்டிருக்கிறதே. அதுதான் குடையொன்றைத் தேடுகிறேன். எனது ஐந்து வண்ணக் குடையை அம்மா வெளியே கொண்டு சென்றுவிட்டாள் போலும்" என்று நயனி சொன்னதும் வாகினி திடுக்குற்றவளாய் "என்னது வெளியே மழை பொழிந்துகொண்டிருக்கிறதா? உனக்கென்ன பைத்தியமா? என்னைப் பார் நான் வெளியிலிருந்துதானே வருகின்றேன். என் மீது சிறு தூறல்கூட விழவில்லையே!" என்று சொன்னதும் நயனி அவளைப் பார்த்து அதிசயித்த வளாக, "ஆனால் இன்னமும் வெளியே மழை பொழிந்து கொண் டிருக்கிறதே" எனக் கேட்கிறாள். அதற்கு வாகினி "நீ மழை பொழிந்துகொண்டிருப்பதாக நம்புவதால் மழை பொழிகிறது. மழை பொழியவில்லையென நம்பினால் மழை பொழியாது" என்கிறாள்.

அத்தருணமே நயனி வெளியே மழை பொழியவில்லை யென நம்புவதாகத் தனக்குத்தானே சொல்லிக்கொள்ளவும் வெளியே மழை பொழிவது நின்றுவிடுகிறது. பின்னர் இருவரும் வீட்டிலிருந்து புறப்பட்டுப் பேருந்துத் தரிப்பிடத்திற்கு வருகின்ற னர். அங்கே ஒரேயொரு பேருந்து மட்டுமே தரித்து நிற்கிறது. இவர்கள் பேருந்தை நெருங்கியதும் நகரத் தொடங்கியது. இருவரும் தாவி ஏறிக்கொள்கின்றனர். இவர்களைத் தவிர உள்ளே எவரு மில்லை. இவர்கள் தனித்தனி இருக்கைகளில் அமர்ந்ததும் பேருந்து பின்பக்கமிருந்து சுருங்கிச் சிற்றுந்தாகி மின்னல் வேகத் தில் பறக்கிறது. கண்ணிமைக்கும் நேரத்தில் நகரப் பல்பொருள் அங்காடிக்குள் நுழைகிறது. இருவரும் சிற்றுந்திலிருந்து குதிக் கின்றனர். அப்போது பார்த்தால் சிற்றுந்தைக் காணவில்லை. வாகினி தன்னைப் பின்தொடர்ந்து வருகிறாள் என்றெண்ணிய படியே பல்பொருள் அங்காடியினுள் நுழைகிறாள் நயனி. அங்கே இறந்துவிட்டதாக அவள் கருதிக்கொண்டிருந்த அவ ளுடைய தந்தை கண்ணாடி விற்பவனுடன் பேசிக்கொண்டிருக் கிறார். நயனி அப்பா! எனக் குரல் கொடுத்ததும் அவர் மறைந்து விடுகிறார். அவள் திரும்பி வாகினியைப் பார்க்கிறாள். அவளை யும் காணவில்லை. தொலைவில் எங்கேனும் தென்படுகிறாளா? என எட்டியெட்டிப் பார்க்கிறாள். வாகினி எங்குமே தென்பட வில்லை. எப்படியும் நான் கண்ணாடி வாங்கிக்கொண்டு புறப்படு

வதற்கிடையில் வந்துவிடுவாள் என நினைத்தவளாய் பல்பொருள் அங்காடியை நோக்கித் திரும்புகிறாள். அங்கே முதலில் அவள் பார்த்த கண்ணாடி விற்பவனைக் காணவில்லை. இப்போது மெலிந்த தேகமுடைய பெண்ணொருத்தி நின்றுகொண்டிருந்தாள். "சற்று நேரத்திற்கு முன் இங்கே நின்றுகொண்டிருந்தவன் உன் கணவனா?" என நயனி அந்தப் பெண்ணிடம் கேட்கிறாள். அந்தக் கேள்வியால் திடுக்கிட்ட அப்பெண் நயனியை ஒரு விசித்திரப் பிராணியைப் போலப் பார்த்துவிட்டு, "பத்தாண்டு களாக நான் இந்த இடத்தில் கண்ணாடிகளை மாத்திரம் விற்றுவருகிறேன். எனக்கு இன்னமும் திருமணமாகவில்லை" என்று சொல்கிறாள். மேற்கொண்டு அவளிடம் பேச்சை வளர்க்க விரும்பாதவளாய் "எப்போதுமே இரசம் மங்காத கண்ணாடி இருக்கிறதா?" என நயனி கேட்கிறாள். அவளது கேள்விக்குக் காத்திருந்தவள் போல் அப்பெண் கறுப்புத் தாளினால் பொதி செய்யப்பட்ட மார்பளவிலான சதுரவடிவான தட்டொன்றை அவளிடம் எடுத்து நீட்டிக்கொண்டே, "இங்கே வைத்துப் பொதி யைப் பிரித்தால் இரசம் மங்கிவிடும். வீட்டிற்குக் கொண்டு சென்று பிரித்துப் பார்க்கவும்" என அறிவுறுத்துகிறாள். அதை மீறத் துணியாமல் நயனி பணம் செலுத்த முற்படும்போது சரமாரியாக வெடிச்சத்தங்கள் கேட்கின்றன.

அங்காடிக்குள் நின்றவர்கள் தலைதெறிக்கச் சிதறியோடு கின்றனர். நயனிக்கு ஒரு கணம் திகைப்பாக இருக்கிறது. வெடிச் சத்தங்கள் அண்மித்து வருவதையுணர்ந்தவளாய் கண்ணாடியை இறுகப் பற்றிக்கொண்டு எதிரே தென்படும் குச்சொழுங்கை யினூடாக விழுந்தடித்துக்கொண்டு ஓடுகிறாள். குச்சொழுங்கை அவளை ஒரு வீட்டினுள் கொண்டு போய்த் தள்ளிவிடுகிறது. அந்த வீட்டின் நாற்புறமும் நீண்டிருக்கும் விறாந்தைகளில் இடையில் மட்டும் கம்பாயம் அணிந்த பெண்கள் சோடியாக நின்று கல்லுரல்களில் நெல் குற்றிக் கொண்டிருக்கின்றனர். அவர்களில் எவருமே நயனியைக் கவனித்ததாகத் தெரியவில்லை. அவர்கள் மாற்றி மாற்றி உலக்கையிடும்போது அவர்களது முலைகள் குதித்தாடுவதை ஒருவிதப் பரவசத்துடன் கண்ணிமைக் காது பார்த்துக்கொண்டிருக்கும் நயனிக்கு இந்த முலை நர்த்தனத் திற்கு ஒப்பான கலை வேறு ஏதுமில்லையென்றே தோன்றுகிறது. அப்போதுதான் குற்றிய நெல்லைச் சுளகிலிட்டுப் புடைத்துக் கொண்டிருந்த ஒருத்தி நயனியைப் பார்க்கிறாள். "ஓ! நீயும் இரசம் மங்காத கண்ணாடியை வாங்க நகரப் பல்பொருள் அங்காடிக்கு வந்தவளா?" என நயனியைக் கேட்கிறாள். நயனி உடன்பாட்டுடன் தலையசைக்கிறாள். "நாங்களும் இரசம் மங்காத

கண்ணாடிகளை நகரப் பல்பொருள் அங்காடியில் வாங்கிச் செல்லவெனப் பல வருடங்களுக்கு முன்னர் வந்தவர்கள்தான். வீட்டுக்குத் திரும்பிச் செல்வதைவிட இந்த இடம் பாதுகாப்பான தும் சுதந்திரமானதுமென்பதால் இங்கேயே தங்கிவிட்டோம்" என அந்தப் பெண் நயனிக்குச் சொல்லிக்கொண்டிருக்க இன்னு மொருத்தி உள் நுழைகிறாள். நயனிக்கு முதலில் அவளை இனங்காண முடியவில்லை. அவள் பரபரப்புடன் நெருங்கி வந்தபோது வாகினியெனத் தெரிகிறது. "நயனி! உன்னை இத்தனை நாள்களும் தேடித் தேடிச் சலித்துப்போய்விட்டேன். நீ காணாமல் போன துக்கத்தில் பத்துவருடங்களாக நோயுற்றிருந்த உன் தாய் ஐந்து நாள்களுக்கு முன்புதான் இறந்து போனாள். இதற்குள் எனக்கும் திருமணமாகி மூன்று குழந்தைகளுக்கும் தாயாகி விட்டேன். சரி! புறப்படு மேற்கொண்டு ஆக வேண்டியதைக் கவனிப்போம்." அவள் சொன்னதைக் கேட்டுத் திகைக்கும் நயனி கையிலிருக்கும் கண்ணாடியை நழுவவிட்டதும் அது "விர்"ரென மேலெழுந்து பறக்கிறது.

◎

விளக்கக் கடிதங்கள்

வறுமை ஒழிப்பிற்கான மாவட்ட
உதவி ஆணையாளர் அலுவலகம்
மாவட்டச் செயலகம்
யாழ்ப்பாணம்.
31.08.2007

க. திரவியநாதன்
(வறுமை ஒழிப்பு உத்தியோகத்தர்)
பிரதேசப் பணிமனை
யாழ்ப்பாணம்.

பணிநிறைவேற்றல் தொடர்பாக எம்மால் அவதானிக்கப் பட்ட குறைபாடுகளுக்கு விளக்கங் கோருதல்

பிரதேச வறுமை ஒழிப்பிற்கான ஓர் உத்தியோகத்தர் என்றவகையில் உமது பணி நிறைவேற்றல் தொடர்பாக அவதானிக்கப்பட்ட பின்வரும் குறைபாடுகளுக்காக உம்மை ஏன் தண்டிக்கக் கூடாது என்பதற்கான நியாயப் பாடுகளை எமக்கு ஒரு வாரத்தினுள் எழுத்துமூலம் தெரிவிக்கும்படி வேண்டப்படுகின்றீர்.

அவதானிக்கப்பட்ட குறைபாடுகள்

1. நேரந்தவறிப் பணிக்கு வருதலும் புறப்படுதலும்

இலங்கை சனநாயக சோசலிசக் குடியரசின் விதிகள் பிரமாணங்களுக்கமைய அரச அலுவல்கள் மற்றும் காரியா லயங்களில் பணியாற்றுவோர் வருகை தரவேண்டிய நேரம் முற்பகல் 8:30 எனவும் புறப்பட வேண்டிய நேரம்

4:45 எனவும் குறித்துரைக்கப்பட்டுள்ள நிலையில் தாங்கள் அலுவலகத்திற்கு வருகை தரும் நேரம் 9:30 எனவும் புறப்படும் நேரம் 2:30 எனவும் அமைந்துள்ளமை.

2. மக்கள் எழுச்சித் திட்டக்கடன் அறவீடு மிகக் குறைவானது

கடந்த ஒன்பது மாதங்களாக மக்கள் எழுச்சித் திட்டக் கடன் அறவீடு உமது பணிக்குட்பட்ட யா/64, யா/65 பிரிவு களிலிருந்து மிகக்குறைவாகவே மேற்கொள்ளப்பட்டுள்ளது. கடன் அறவீட்டை இலகுபடுத்தும் பொருட்டு உமக்குத் துணை புரிய ஒரு பணியாளரை நியமித்துள்ளோம் என்பதையும் நினை வூட்ட விரும்புகின்றோம்.

இவ்வண்ணம்

பே. சகாயசீலன்
வறுமை ஒழிப்பிற்கான
மாவட்ட உதவி ஆணையாளர்

பிரதிகள்

1. மாவட்டச் செயலாளர்,
மாவட்டச் செயலகம், யாழ்ப்பாணம்.

2. பிரதேசப் பணிப்பாளர்.
பிரதேசப் பணிமனை, யாழ்ப்பாணம்.

வறுமை ஒழிப்புக் கிளை அலுவலகம்
பிரதேசப் பணிமனை
யாழ்ப்பாணம்
06.09.2007

வறுமை ஒழிப்பிற்கான
மாவட்ட உதவி ஆணையாளர்
வறுமை ஒழிப்பிற்கான
மாவட்ட உதவி ஆணையாளர் அலுவலகம்
மாவட்டச் செயலகம்
யாழ்ப்பாணம்.

மேன்மைதங்கிய உதவி ஆணையாளர் அவர்கட்கு,

எமது பணிநிறைவேற்றல் தொடர்பாகத் தங்களால் அவதானிக்கப்பட்ட குறைபாடுகளுக்கு விளக்கமளித்தல்

தங்களால் 31.08.2007 திகதியிடப்பட்டு எனது அலுவலக முகவரிக்கு அனுப்பப்பட்டிருந்த கடிதத்தில் பிரதேச வறுமை

ஒழிப்பிற்கான ஓர் உத்தியோகத்தர் என்ற வகையில் எனது பணிநிறைவேற்றல் தொடர்பாகத் தங்களால் அவதானிக்கப் பட்டுச் சுட்டிக்காட்டப்பட்டிருந்த குறைபாடுகளுக்காக என்னை ஏன் தண்டிக்கக் கூடாது என்பதற்கான நியாயப்பாடுகளை எழுத்துமூலம் தெரிவிக்க முன்வந்துள்ளேன்.

முன்வைக்கப்படும் நிலைப்பாடுகள்

1. நேரந்தவறிப் பணிக்கு வருதலும் புறப்படுதலும்

நான் பருத்தித்துறையிலிருந்து யாழ்ப்பாணத்திற்கு அலுவலகப் பணியின் நிமித்தம் போக்குவரத்துச் செய்கிறேன். எனது பிரதான போக்குவரத்துச் சாதனம் அரசு பேருந்து ஆகும். பருத்தித்துறையிலிருந்து யாழ்ப்பாணம் 32 கிலோமீற்றர் தொலைவிலுள்ளது. சாதாரண சூழ்நிலையில் காலை 7:00 மணிக்குப் பிரயாணத்தை ஆரம்பித்தால் 8:00 மணிக்கு அலுவலகத்தை வந்தடைந்துவிடுவேன். 11.08.2006 திகதியிலிருந்து யாழ் குடா நாட்டின் வழமையான செயற்பாடுகள் குழம்பிப்போயுள்ள நிலையில் குறித்த நேரத்திற்குப் பிரயாணத்தை மேற்கொள்ள முடியாத நிலையிலுள்ளேன். இதற்கான காரணங்கள் வருமாறு:

அ) பேருந்துக்கான எரிபொருள் மற்றும் உதிரிப்பாகங்களுக்கு ஏ–9 வீதி மூடப்பட்டுள்ள நிலையில் பெருந்தட்டுப்பாடு நிலவுவதால் அவை கப்பலில் வந்து சேரும்வரை குறைந்தளவிலான பேருந்துகளே போக்குவரத்தில் ஈடுபடுத்தப் பட்டு வருகின்றன.

ஆ) நான் காலை 6:00 மணிக்கு அலுவலகத்திற்கான போக்குவரத்தை ஆரம்பிக்கின்றபோதிலும் வல்லை, புத்தூர், நீர்வேலி, கோப்பாய், இருபாலை ஆகிய ஐந்து இடங்களிலும் தீவிர உடற்சோதனைக்கு உட்படுத்தப்படுவதனால் ஒவ்வொரு சோதனைச் சாவடியிலும் 30 நிமிடங்களுக்கு மேலான நேரவிரயத்தை எதிர்நோக்க வேண்டியுள்ளது.

இ) பிற்பகல் வேளைகளில் பருத்தித்துறை வீதி இராணுவத்தினரின் வாகனத் தொடரணி செல்வதற்காக எந்நேரமும் மூடப்படும் நிலை காணப்படுவதால் நான் 2:30 மணிக்கு அலுவலகத்தைவிட்டுப் புறப்பட வேண்டியுள்ளது. மேலும் இராணுவ வாகனத் தொடரணி செல்வதற்காக மூடப்

படும் பாதை சுமார் மூன்று மணித்தியாலங்களின் பின்பே பொதுப் போக்குவரத்திற்கு அனுமதிக்கப்படுவ தால் நான் 2:30 மணிக்குப் புறப்பட்டு வீடு போய்ச் சேர்வதற்கு மாலை 6:00 மணியாகிவிடுகிறது.

அத்தோடு யாழ்ப்பாணத்திலிருந்து பருத்தித்துறைக்கான கடைசிப் பேருந்து புறப்படும் நேரம் பிற்பகல் 4:30 மணியாக விருந்தபோதிலும் இதில் பிரயாணம் செய்தால் இராணுவ வாகனத் தொடரணி செல்வதற்காகப் பாதை மூடப்பட்டுத் திரும்பவும் பொதுப் போக்குவரத்திற்காக பாதை திறக்கப்படும் பொழுது மாலை 7:00 மணியாகிவிடுகிறது. யாழ்குடா நாட்டில் ஊரடங்கு உத்தரவு மாலை 7:00 மணிக்கு அமுலுக்கு வருவதால் எந்தவொரு வாகனமும் தொடர்ந்து போக்குவரத்திலீடுபட முடியாதென்பதால் அடுத்தநாள் காலை 4:30 மணிக்கு ஊரடங்கு உத்தரவு தளர்த்தப்படும்வரை பேருந்தினுள்ளேயே தங்கவேண்டிய பரிதாபகரமான நிலைமையை எதிர்நோக்க வேண்டியுள்ளது.

2. மக்கள் எழுச்சித் திட்டக்கடன் அறவீடு மிகக்குறைவானது

11.08.2006 திகதிக்குப் பின்பாக யாழ்குடா நாட்டில் ஏற் பட்டுள்ள நெருக்கடிகளை நீங்கள் நன்கறிந்திருப்பீர்கள். எனது பணிக்குட்பட்ட யா/64, யா/65 பிரிவுகளிலிருந்து கடன் அறவீடு மிகக்குறைவாக இருப்பதற்குப் பிரதான காரணம் அப்பிரிவு களைச் சேர்ந்த மீனவக் குடும்பங்களின் தொழில் பாதிப்பிற் குள்ளாகியிருப்பதேயாகும். 11.08.2006 திகதிக்குப் பின்பாக தேசியப் பாதுகாப்பிற்குக் குந்தகம் நேரும் எனக் காரணங் காட்டி இம்மீனவக் குடும்பங்களில் தொழில்புரிவோர் கடலில் சென்று மீன்பிடிப்பதற்கான அனுமதி மறுக்கப்பட்டுள்ளதுடன் கட்டுப்பாடுகளும் விதிக்கப்பட்டுள்ளன. இப்பிரிவுகளுக்கு வழங்கப்பட்டுள்ள மக்கள் எழுச்சித் திட்டக்கடன்கள் மீன்பிடித் தொழிலுக்காகவே வழங்கப்பட்டுள்ளதால் அறவீட்டில் பெருஞ் சிரமங்களை எதிர்கொள்ள வேண்டியுள்ளது.

மேலும் கடன் அறவீட்டை இலகுபடுத்தும் பொருட்டு எனக்குத் துணைபுரிய தங்களால் நியமனம் செய்யப்பட்ட பணியாளரான மா.யோகேந்திரன் இனந்தெரியாத நபர்களால் சுட்டுக்கொல்லப்படலாமென்ற அச்சத்தின் காரணமாக யாழ் மனித உரிமைகள் ஆணைக்குழுவின் ஏற்பாட்டில் யாழ் சிறைச் சாலையில் தஞ்சமடைந்துள்ளார் என்பதையும் அறியத் தருகிறேன்.

மேற்போந்த விடயங்களை ஆராய்ந்து உரிய மாற்றொழுங்குகளைத் தங்களால் மேற்கொள்ள இயலுமானால் எதிர்வருங் காலங்களில் தாங்கள் சுட்டிக்காட்டியுள்ள குறைபாடுகள் நேராது என்பதையும் பணிவுடன் தெரிவித்துக்கொள்கிறேன்.

இவ்வண்ணம்
தங்களுக்குப் பணிவுள்ள
க. திரவியநாதன்

பிரதிகள்

1. மாவட்டச் செயலர்,
மாவட்டச் செயலகம், யாழ்ப்பாணம்.

2. பிரதேசப் பணிப்பாளர்,
பிரதேசப் பணிமனை, யாழ்ப்பாணம்.

◎

நான் விழித்தெழுந்தபோது . . .

இவர்கள் எல்லோரும் கடவுளாக இருக்க ஆசைப்படுகிறார்கள். எனக்குக் கடவுளாக இருக்க வேண்டும் என்ற ஆசை இப்போது அறவே இல்லாமற் போய் விட்டது. ஒரு காலத்தில் நானும் கடவுளாக இருந்தவன் தான். அதுவும் சங்காரம் செய்யும் கடவுளாக இருந்திருக் கிறேன். என் பெயரைக் கேட்டாலே எல்லோரும் கைகட்டி வாய் பொத்தி நின்றார்கள்.

எவருக்கும் என்னையோ என்னைச் சார்ந்த கூட்டத் தையோ எதிர்க்கும் வல்லமை அப்போதுமில்லை. இப்போது மில்லை !.. தவிரவும் அவர்கள் கேள்வி கேட்காமல் இருப்பதையும் சுயமாகச் சிந்திக்காமல் இருப்பதையும் நாங்கள் கடவுள்களாக இருப்பதற்குரிய அடிப்படைகளாக வகுத்துக் கொண்டோம். இதனால் அவர்கள் எம்மை எதிர்த்து வினா எழுப்பாத வகையிலும் சுயமாகச் சிந்திக்கத் தலைப்படாத வகையிலும் நாங்கள் நடந்து கொண்டோம்.

அதைமீறியும் எவராவது எதிர்ப்புக்குரல் எழுப்பினால் அல்லது சுயமாகச் சிந்தித்துச் செயற்பட்டால் கடவுளரை நிந்தித்தவர் என இனங்காணப்பட்டு 'துரோகி' என்ற முத்திரையோடு தண்டிக்கப்படுவர். நான்கூட இதுவரை எத்தனை துரோகிகளைத் தண்டித்திருக்கிறேன். தண்டனை என்பது எங்கள் வார்த்தையில் எங்கள் முழுமுதற் தலைமைக் கடவுளுக்கு நரபலி கொடுத்தல் என்றே பொருள் கொள்ளப்படும்.

தண்டித்தவர்கள் எவரும் என்னால் துரோகிகளாக இனங்காணப்பட்டவர்கள் அல்ல. எங்கள் எல்லோருக்கும் முழுமுதற் கடவுளாக இருக்க விருப்பப்பட்டவரால் துரோகிகளாக இனங்காணப்பட்டவர்களே.

எங்களது முழுமுதற் கடவுள் எனப் போற்றப்பட்டவர் துரோகிகள் என்போரைப் பின்வருமாறு வரைவிலக்கணப் படுத்தியிருந்தார்.

"எமது செயற்பாடுகள்பற்றிக் கேள்வி கேட்பவர்கள், எமது செயற்பாடுகள் தவறானவை என வாதிப்பவர்கள், எமது செயற் பாடுகளை எதிர்க்கத் துணிந்தவர்கள், எமக்கு எதிரானவர் களோடு கதைப்பவர்கள்; உறவுவைத்திருப்பவர்கள் எவராக இருப்பினும் அவர்கள் துரோகிகளாக இனங்காணப்படுவர்."

இத்துடன் துரோகிகளுக்கான தண்டனைக் கோவையும் அவரே யாத்திருந்தார். "துரோகிகள் எனச் சரியான முறையில் இனங்காணப்பட்டவர் எவராக இருப்பினும் அவர்களுக்குரிய ஒரேயொரு தண்டனை மரணதண்டனை மாத்திரமே." இதுவே தண்டனைக் கோவையின் உள்ளடக்கமாக இருந்தது.

நானும் என் போன்றவர்களும் துரோகிகள் என்பதற்கான வரைவிலக்கணத்தையும் தண்டனைக் கோவையின் உள்ளடக் கத்தையும் எப்போதும் நினைவில்வைத்துத் தேவையான சந்தர்ப் பங்களில் சிரமேற்கொண்டு செயற்பட வேண்டியவர்களாய் இருந்தோம்.

"நாளை மாலை 5:00 மணிக்கு அரசடி வீரமாகாளி அம்மன் கோவிலுக்கு வரும் 'அ' என்ற பெயருடைய துரோகிக்குத் தண்டனை வழங்கவும்." எனக்குத் தகவல் வந்திருந்தது.

அதுதான் எனது முதல் தண்டனை வழங்கல் அனுபவம். என் உடல் மெல்ல நடுங்கிற்று. எனது பொறுப்பை இன்னொரு வனை ஏற்கும்படி கேட்டுக்கொண்டேன்.

அவன் சொன்னான்:

"உனக்கிடப்பட்ட பணி உன்னாலேயே நிறைவேற்றப்படல் வேண்டும். தவிரவும் துரோகிகளுக்குத் தண்டனை வழங்கும் பணி எல்லோருக்கும் இலகுவில் வழங்கப்படுவதில்லை . . .

இவ்விதம் உனக்கு இடப்பட்டிருக்கும் கட்டளை முழுமுதற் கடவுளாக இருப்பவர் உன்மீது நம்பிக்கை வைக்க ஆரம்பித்து விட்டதையும் உன்னை ஒரு வைரவராகவோ முதலியாகவோ அண்ணமாராகவோ அல்லது இவர் போன்ற சிறு கடவுள ராகவோ இருப்பதற்கு அனுமதிக்கத் தீர்மானித்துவிட்டார் என்பதையே காட்டுகின்றது".

அவனது வார்த்தைகள் என்னை வேகப் பொருளாக்கின.

'வைரவரா'கவோ 'முதலி'யாகவோ அண்ணமாராகவோ அல்லது இவர் போன்ற சிறுகடவுளராகவோ இருப்பதற்கான

ஆசை என்னுள் துளிர்விட்டுப் பின்னர் மெல்ல மெல்ல என்னைச் சிதைத்து, பூதமாக உருவெடுத்து என்னைத் தன்னுள் விழுங்கி நின்றது.

அப்போது நான் யாரெனக் கேட்டேன்.

"நீ சிறுகடவுள். முழுமுதற் கடவுளுக்கு அடுத்தபடியாக சர்வ வல்லமை படைத்தவன்" என்று என்னை விழுங்கி நின்ற பூதத்திடமிருந்து பதில் வந்தது.

திடீரென என் கபாலத்தின் இரு புறத்திலிருந்தும் கொம்பு கள் முளைத்தன. பற்கள் வெளித்தள்ளின. கண்கள் விரிந்தன. நான் சிரித்தேன்.

"ஆகா . . . ஆஹாஹ்கா . . ."

என் சிரிப்பு என்னைக் கம்பீரப்படுத்திற்று. ஆயுதம் தரித்தேன். கடவுளரை நிந்திப்பவர் உயிர்குடிக்க உறுதிபூண்டேன். விரைந்து புறப்பட்டேன் என் முதலாவது பலியெடுத்தலுக்காக.

அவனைக் கண்டதும் என் கண்கள் சிவந்தன. மூச்சு அனல்கக்கி வெளிப்பட்டது.

"அடே! அற்பனே சர்வ வல்லமை பொருந்திய கடவுள ராகிய எங்களை நிந்திக்கத் துணிந்துவிட்ட உனக்கு மன்னிப்பே கிடையாது . . ! பற்களை நெறுமியபடியே ஆயுதத்தின் விசை யைப் பலமாக அழுத்தினேன்.

துடித்துக்கொண்டு 'தொப்' என விழுந்தான் துரோகி. அவன் இரத்தம் எங்கும் சிதறியது.

நான் ஆயுதத்தைத் தூக்கிக்கொண்டு கம்பீரமாக நடந்தேன்.

எனக்கிடப்பட்ட கட்டளையைப் பிசகின்றி நிறைவேற்றிய தற்காக முழுமுதற் கடவுளே என்னைச் சந்திக்க வந்தார்.

"என் கட்டளைகளை நிறைவேற்றுவதற்கு நீதான் சரியான ஆள் !"

என்னை வாழ்த்திய கடவுளை நிமிர்ந்து பார்த்தேன். அவருக்கு என்னைவிட நீண்ட கொம்புகள் இருந்தன. கிரீடம் அணிந்திருந்தார். அவரைச் சுற்றி ஒளிவட்டம் இருந்தது. நான் மெய்மறந்து நின்றேன்.

அவரே தொடர்ந்து பேசினார்.

"கடவுளா'க இருக்க வேண்டுமாயின் நமக்கெதிரான எந்த நடவடிக்கைகளையும் முளையிலேயே இனங்கண்டு

களைந்துவிடல் வேண்டும். எதையும் வளரவிட்டால் அழிப்ப தென்பது கடினமான காரியம்...

அதனால் நாம் ஒவ்வொருவரும் துரோகிகளை இனங் கண்டு தண்டனை வழங்குவதில் கருத்தாக இருக்க வேண்டும்..."

நான் பலமாகத் தலையாட்டினேன்.

என்னோடு கூடியிருந்தவர்களும் தலையாட்டினார்கள். அவர்களுக்கெல்லாம் கடவுள் என்னைச் சந்திக்க வந்ததில் பெரும் வியப்பு. கடவுள் திடீரென மறைந்துவிட்டார்.

அன்றிலிருந்து நான் சிறுதெய்வமானேன். என்னுடன் கூட இருந்தவர்கள் எல்லோரும் என்னைக் கைகூப்பி வணங்க வேண்டுமென விரும்பினேன். ஆனால் அவர்கள் ஒவ்வொரு வரிடமும் சிறுதெய்வமாகிவிடும் வெறி மேலோங்கி நின்றது.

என்னோடு இருந்தவர்கள் ஒவ்வொருவரும் துரோகி களைத் தண்டிக்கும் கட்டளைகளுக்காகக் காத்திருந்தனர்.

ஆனால் துரோகிகளைத் தண்டிப்பதற்கான கட்டளைகள் எனக்கே வந்தவண்ணமிருந்தன.

கட்டளைகள் கிடைக்கப்பெற்றபோதெல்லாம் தயக்கமின்றி துரோகிகளை வேட்டையாடக்கூடியவனாக நான் மாறிப் போயிருந்தேன். தவிரவும் துரோகிகளை வேட்டையாடிவரும் போதெல்லாம் முழுமுதற் கடவுளால் வெகுவாகப் பாராட்டப் பட்டேன்.

துரோகிகளை அழித்தலைவிட மேலும் பிரத்தியேகமான தொரு பணி என்னிடம் முழுமுதற் கடவுளால் ஒப்படைக்கப் பட்டது. அது 'துரோகிகளைச் சித்திரவதை செய்தல்' என்ப தாகும். அந்தப் பணியையும் நான் எதுவிதத் தயக்கமும் இன்றி ஏற்றுக்கொண்டேன்.

துரோகிகளை அழித்தல் என்பதில் எவ்விதம் ஆண், பெண், முதுமை போன்ற பாகுபாடில்லையோ அதேபோல் துரோகி களைச் சித்திரவதை செய்வதிலும் இத்தகைய பாகுபாடில்லை.

அப்போது துரோகிகளை வேட்டையாடுவதைக் காட்டிலும் அவர்களைச் சித்திரவதைக்குள்ளாக்குதல் என்பது எனக்கு ஆர்வம் தருவதாக இருந்தது.

சித்திரவதைகளின் போதென்றால், மண்டையுடையும், கைகால்கள் முறியும், ஆண்குறி நசுங்கும், முலைகளைப் பிடுங்க லாம் திருகலாம். யோனிக்குள் பெற்றோலை அடித்துத் துடிப் பதைப் பார்க்கலாம். மீசை, தாடி, கூந்தல் மற்றும் உரோமம்

உள்ள இடங்களையெல்லாம் பிடுங்கிப் பார்க்கலாம். இப்படி இன்னும் பல புதுப்புது ஆராய்ச்சிகள் ... எல்லாவற்றையும் எழுதிக்கொண்டிருக்க முடியாது.

சித்திரவதை மேற்கொள்ளும்போது சிலர் இறந்தும் போவார்கள். இறந்துபோனவர்களை இரவோடிரவாக பாய்களில் வைத்துச் சுற்றிக் கட்டி ஆள்நடமாட்டம் இல்லாத இடத்தில் புதைக்க வேண்டும்.

இறந்துபோனவர்களைத் தேடி எவரும் வரமாட்டார்கள். அதையும் மீறி எவராவது வந்தால் அவர்களுக்கும் இதே நிலைமையே ஏற்படும் என்பதை எல்லோரும் அறிந்திருந்தார்கள்.

இதனால் நானும் என்னுடன் இருந்தவர்களும் தொடர்ந்து கடவுளர்களாகவே இருக்க முடியும் என்றே நம்பினோம்.

ஆனால் காலப்போக்கில் எனக்கிருந்த நம்பிக்கை குறைந்துவிட்டது. அவர்கள் இன்னமும் நம்பிக்கைவற்றாதவர்களாகவே இருக்கிறார்கள். என் சிந்தனையோட்டத்தில் அவர்களுக்கும் எனக்குமிடையிலான விலகலுக்கான காரணத்தைத் தெளிவாக உணர முடிந்தது. நான் சுயமாகச் சிந்திக்க ஆரம்பித்திருக்கிறேன். என்னாலும் இவர்களாலும் மேற்கொள்ளப்பட்ட, மேற்கொள்ளப் படுகின்ற ஒவ்வொரு செயலுக்கும் அர்த்தம் தேடுவதில் முயன்றுகொண்டிருக்கிறேன்.

இப்போதெல்லாம் என் மனத்தில் சில புறக்கணிக்க முடியாத வினாக்களின் – தோற்றப்பாட்டினை உணரக்கூடியவனாக இருக்கிறேன்.

“இன்னும் எவ்வளவு காலத்திற்கு ஆயுதமேந்திய கடவுளராக இருக்க முடியும்?”

“என் எதிர்காலம் எவ்வாறிருக்கப் போகிறது?”

“எனதிந்த வாழ்க்கை, பிறரையும் அழித்து என்னையும் அழித்துக்கொள்வதற்காகவா?”

“இவர்கள் எல்லோரும் எப்போது சுயமாகச் சிந்திக்கப் போகிறார்கள்?”

சில தினங்களுக்கு முன் எனக்குத் துரோகிகளைத் தண்டிப்பதற்கான கட்டளை ஒன்று வந்திருந்தது. கட்டளையைப் பார்த்து நான் பதறிப்போய்விட்டேன். அது எனக்கே புதிய அனுபவமாக இருந்தது. ஒருபோதும் நான் இவ்விதம் பதறியவனல்ல. ஆனால் இந்தக் கட்டளையில் இருந்தவரின் பெயரை வாசித்தபோது நான் உண்மையில் நிலைகுலைந்து போனேன்.

என்னால் நிச்சயமாக அக்கட்டளையை நிறைவேற்ற முடியாது என்பதைத் தெளிவாக உணர்ந்துகொண்டேன்.

அக்கட்டளையின்படி தண்டனை நிறைவேற்ற வேண்டிய தினம் நேற்று நண்பகல் 12:00 மணி. ஆனால் இன்று நண்பகல் 12:00 மணி தாண்டியும் நான் அசைவற்ற பொருளாக இருந்தேன்.

நான் இருந்த இடம் நோக்கி இருவர் வருகின்றனர். இருவரையும் உன்னிப்பாகக் கவனிக்கிறேன். ஒருவன் எனக்கு நன்கு பழக்கமானவன். மற்றவன் எனக்குச் சற்றும் பழக்கமில்லாத புதியவன்.

அவர்கள் என்னை ஒரு அந்நியன்போல் உற்று நோக்குவதை நான் உணரக்கூடியவனாக இருக்கிறேன்.

எனக்கு நன்கு பழக்கமானவன் என்மீது சீற்றங் கொண்டவனாய் வினா எழுப்புகிறான். "நீ நேற்று நிறைவேற்ற வேண்டிய கட்டளையை ஏன் நிறைவேற்றவில்லை?"

"அந்தக் கட்டளையை என்னால் நிறைவேற்ற முடியாது" உறுதியாகச் சொல்கிறேன்.

"ஏன் உன்னால் நிறைவேற்ற முடியாது? முழுமுதற் கடவுளாக இருப்பவரால் அனுப்பப்பட்ட கட்டளையில் குறிப்பிடப்பட்ட துரோகியைத் தண்டிக்க மறுப்பது துரோகச் செயல் என்பது உனக்குத் தெரியுமல்லவா?"

என்னால் விரக்தியோடு சிரிப்பதைத் தவிர வேறு எதுவும் செய்ய முடியவில்லை. நான் என் விதியை நொந்துகொள்பவனானேன்.

என் வயதையொத்தவர்கள் எத்தனைபேர் இன்று வெளிநாடுகளில் நிம்மதியான வசதியான வாழ்க்கை வாழ்ந்துகொண்டிருக்கிறார்கள். ஆனால் நான் கண்மூடித்தனமான, அர்த்தமற்ற கொள்கைகளால் ஈர்க்கப்பட்டவனாகி எனது எதிர்காலத்தைப் பாழடித்தவனாக, சுதந்திரச் செயற்பாடற்றவனாக, சுய சிந்தனையற்றவனாக இருந்திருக்கிறேன். இனிமேலும் என்னால் இவ்விதம் இருக்க முடியாது ..!"

"நான் கேட்ட கேள்விக்குப் பதில் சொல்லாமல் சிரித்துக் கொண்டிருந்தால் என்ன அர்த்தம்." அவன் என்னை அதட்டுகிறான்.

"நடந்தவற்றை மறந்துவிட்டாயா? நீயும் நானும் இன்னும் சிலரும் எதிரிகளால் தாக்கப்பட்டு உயிருக்குப் போராடிக்கொண்டிருந்தபோது எங்களைக் காப்பாற்றியவர் அவர். அவரை எப்படி?" நான் அவனிடம் புரிந்துணர்வை ஏற்படுத்த முயன்றேன்.

அவன் சீறினான் – "அந்த மனிதன் ஒரு மருத்துவர் என்ற ரீதியில் தனது கடமையைத்தான் செய்திருக்கிறான். ஆனால் நீ ஒரு கொள்கைவாதி என்றரீதியில் உனது கடமையாகிய துரோகியைத் தண்டித்தல் என்பதைச் செய்யத் தவறிவிட்டாய்.

இவனைப்பார் முழுமுதற் கடவுளாக இருப்பவரால் துரோகியாக – இனங்காணப்பட்ட இவனுடைய தந்தையையே தண்டித்தவன். நீயெல்லாம் . . . தன்னுடன் நின்றிருந்த அந்தப் புதியவனைச் சுட்டிக்காட்டியபடியே சொன்னான்.

"இன்று மாலை *5:00* மணிக்கு முழுமுதற் கடவுளாக இருப்பவர் உன்னை அழைத்துவரச் சொன்னார். புறப்படத் தயாராக இரு."

அவனது வார்த்தைகள் என் முடிவு தீர்மானிக்கப்பட்டு விட்டதை உணர்த்தின. ஆனால் நான் எதுவும் செய்ய முடியாதவனாக இருக்கிறேன்.

நான் மட்டுமல்ல என் போன்றவர்கள் எல்லோரும் சுய சிந்தனைக்குட்படும்போது அவர்களின் முடிவு தீர்மானிக்கப் படும். அவர்களால் எதுவும் செய்ய முடியாது.

◎

நடிகைக்கு ஒரு கடிதம்

நடிகைகளைக் காதலிகளாகக் கொண்டு கனவுலகில் மிதப்பவர்களுக்கும் நடிகைகளின் முகவரி கேட்டு பத்திரிகைகளுக்குக் கடிதம் எழுதுபவர்களுக்கும் நடிகைகளின் திருமணங்களால் மனமொடிந்துபோகிறவர்களுக்கும் நடிகைகளுக்குக் கடிதம் எழுதிவிட்டுப் பதிலுக்காகக் காத்திருப்பவர்களுக்கும், நடிகைகளைத் தெய்வமாக மதிப்பவர்களுக்கும், இனிமேலும் நடிகைகளுக்காக என்னென்னவோ எல்லாம் செய்யக் காத்திருப்பவர்களுக்கும் இக்கதை சமர்ப்பணம்.

"இப்பதானே எனக்கெல்லாம் விளங்குது. அப்பவே எனக்கு இது விளங்கியிருந்தால் நான் எங்கையோ இருக்க வேண்டிய ஆள். சொன்னால் நம்பமாட்டியள். சத்தியமா நான் எங்கையோ இருந்திருப்பன். நடந்து முடிஞ்சதைக் கதைச்சு இனியென்ன பிரியோசனம். இப்பவாவது தெரிஞ்சுதே எண்டு சந்தோசப்படுவம். உண்மையாய் எனக்கினி குருசந்திரயோகம்தான். எண்பத்தைஞ்சாம் ஆண்டில் இருந்து நான் எதிர்பார்த்து எதிர்பார்த்து ஏமாந்த விசயம் நடக்கத்தான் போகுது. எனக்கு நல்ல நம்பிக்கை வந்திட்டுது.

எண்பத்தைஞ்சாம் ஆண்டு, எனக்கு இருவது வயது. திகதியும் மாதமும் சரியா ஞாபகமில்லை. ஞாபகம் வைச்சிருந்திருக்க வேணும். மறந்துபோனன். 'விச்சு' வீட்டில புதுப்படம் ஓடினவங்கள். "பூவே பூச்சூடவா" எண்டொரு படம்.

அந்தப் படத்தைப் பார்த்ததில இருந்துதான் என்ர கனவுலகம் விரிஞ்சுது. அந்தப் படத்தில ஒரு வடிவான பெட்டை நடிச்சவள். அவள் சிரிக்கேக்க தெரியிற தெத்துப் பல் என்னை மயக்கிப் போட்டுது. ஆரடா 'விச்சு' இந்தச் சோக்கான பெட்டை எண்டு கேட்டன்.

"நதியா! உவள்தான். உதுதான் உவளின்ரை முதல் படம்" எண்டான்.

அவளின்ரை முதல் படத்திலேயே அவளைப் பார்க்கிற அதிஷ்டம் வேறையாருக்குக் கிடைக்கும். என்ர காதுக்குள்ளை ஆரோ பாடின மாதிரி இருந்தது. "ரீவியில் தோன்றி விழியில் விழுந்து இதயம் நுழைந்து உயிரில் கலந்த உயிரே ..." ஆர் பாடினதெண்டு தெரியேல்ல.

படம் பாத்திட்டுவந்த உடனே அந்தச் சோக்கான பெட்டை நதியாவுக்கு ஒரு புல்ஸ்காப் பேப்பரில வடிவான எழுத்தில் ஒரு கடிதம் எழுதினன்.

"ரீவியில் தோன்றி விழியில் விழுந்து இதயம் நுழைந்து உயிரில் கலந்த நதியா!" நீ நடிச்ச முதலாவது படமான 'பூவே பூச்சூடவா' பார்த்தனான். நீ நல்ல வடிவான பெட்டை. எனக்கு உன்னைப் பார்த்த உடனும் பிடிச்சுப் போச்சு வேறை என்னத்தைச் சொல்ல ... மேல எழுத எனக்கு வெக்கமாயிருக்கு. இருந்தாலும் சொல்லத்தானே வேணும். நான் நல்ல வடிவான பொடியன். அதுவும் இருபது வயது இளம் பொடியன். என்னையும் உனக்குப் பிடிக்கும். என்ரை போட்டோவும் ஒண்டு உனக்கு அனுப்பிவைக்கிறன். வேறை என்னத்தை எழுத? பூவே பூச்சூடவா! என் நெஞ்சில் பால் வாக்க வா! இளநெஞ்சில் பால் வாக்க வா! அழைப்பு மணி எந்த வீட்டில் கேட்டாலும் ஓடி நான் வந்து பார்ப்பேன். என்னை ஏமாற்றிவிடாதே.

இப்படிக்கு
உன்னை நினைச்சு ஏங்கும்
சக்கரை

கடிதத்தை எழுதிப்போட்டு அவளின்ர விலாசத்தை ஒரு மாதமாத் தேடிப் பிடிச்சு ஒருமாதிரிக் கடிதம் அனுப்பிப்போட்டுப் பதிலை எதிர்பார்த்துக் காத்திருந்தன். அவள் பதில் போடவேயில்லை.

சரியான திமிர்பிடிச்ச கழுதை. லெவல் பிடிச்சவள். அவளுக்குத்தான் சரியான வடிவெண்டு நினைப்பு. அதுதான் என்ரை கடிதத்துக்குப் பதில் போடேல்ல ... நான் ஒவ்வொரு நாளும் அவளைத் திட்டினன்.

முந்தியெல்லாம் அவளின்ரை 'உயிரே உனக்காக' படம் எண்டால் விழுந்தடிச்சு ஓடிப்போய்ப் பாப்பன். அப்ப அடிக்கடி பாலாலியில இருந்து அவளின்ர படம் ரெலிக்காஸ் பண்ணுறவங்கள். 'பன்னீரில் நனைந்த பூக்கள் மெல்லச் சிரிக்க ...' எண்ட பாட்டுக்கு அவள் ஆடுறதை வாயைப் பிளந்து கொண்டு

பார்த்துக்கொண்டிருப்பன். விச்சு சொல்லுவன் "டேய்! சக்கரை வாயை மூடடா இலையான் உள்ளிடப் போகு"தெண்டு. அவன் விசரன். அவனக்கென்ன தெரியும். பொறாமை பிடிச்ச மூதேசி.

அவனுக்கு நான் நதியாப் பெட்டையை விரும்புறது சரியான பொறாமை. இவன்ரை வீட்டை இனி ரீ.வி பார்க்க வரக்கூடாது. நான் ஒரு ரீ.வி வாங்கி நதியாப் பெட்டையின்ர படங்களைத் தனிய இருந்து பாக்கவேணும். அப்பதான் வாய் பிளந்து பார்க்கலாம். இவன் விசர்க்கதை கதைக்கவும் முடியாது என்று நினைச்சுக்கொள்ளுவன்.

ஆனாலும் என்ன செய்யிறது வீட்டில ரீ.வி வாங்கிற கதையெடுத்தாலே தும்புக்கட்டைக் கொட்டனால அப்பு வெளுத்துப் போடுவர்.

ஒண்டு சொல்ல மறந்துபோனன். நதியாப் பெட்டை நடிச்ச "உயிரே உனக்காக" பார்த்தாப்போல அப்புவை 'அப்பு' எண்டு கூப்பிடாமல் 'டாடி' எண்டுதான் கூப்பிடவேணும் எண்டு முடிவெடுத்தனான்.

அதுக்குப் பிறகு ஒருநாள் அப்புவை 'டாடி' எண்டு கூப்பிட்டன். அவருக்குக் கோபம் வந்திட்டுது. "எளிய வடுவா ... என்னடா என்னை நக்கலடிக்கிறியோ, தோலுரிச்சு உப்புத் தடவிப் போடுவன்" எண்டு புளுத்தபாட்டில பேசிப்போட்டார்.

அவர் அப்பிடிப் பேசினாப்போல, நான் வைச்சிருந்த நதியாப் பெட்டையின்ர படத்தை எடுத்து "நீ உயிரே உனக்காக படத்தில் உன்ரை அப்புவை டாடி எண்டு கூப்பிட்ட மாதிரி நான் என்ரை அப்புவை டாடி எண்டு கூப்பிடேலாம இருக்கு என்னை மன்னிச்சுக்கொள்" எண்டு மன்னிப்புக் கேட்டனான். அவள் சிரிச்சமாதிரி இருந்தது. நான் பாடினன் "நதியா ... நதியா ... நைல் நதியா ... நதிபோல் நெளியும் நடையா? இடைதான் கொடியா? கொடிமேல் கனியா? கொண்டாட நானில்லையா?" அவள் வெக்கப்பட்ட மாதிரியும் இருந்தது.'

என்ன செய்யிறது பிறகும் விச்சு வீட்டைத்தான் நதியாப் பெட்டையின்ரை படத்தைப் பார்க்கப் போக வேண்டியிருந்தது.

விச்சுவின்ர தங்கச்சி சுமதி ஒரு கரிமுதலை. அவள் நதியாத் தோடு, நதியாக்கிளிப்பு, நதியாச்செருப்பு, நதியாச்சட்டை, நதியா பெல்ற் எண்டு விதம் விதமாப் போடுவள். அவளைப் பாக்க எனக்குச் சரியான சிரிப்பா இருக்கும். யானைக்கு சோடிச்சுவிட்ட மாதிரி இருக்கும்.

"உன்னைவிட நீ போட்டிருக்கிற எல்லாம் வடிவா இருக்கதடி சுமதி" எண்டு சொல்ல வேணும்போல இருக்கும். எண்டாலும்

விச்சு வீட்டை நதியாப் பெட்டையின்ர படம் பாக்கப் போறதுக் காக, "உனக்கு எல்லாம் நல்ல எடுப்பா இருக்கடி சுமதி" எண்டு சொல்லுவன். அவளுக்கும் விச்சுவிக்கும் வலு சந்தோசமாயிருக்கும்.

நான் அப்பிடிச் சொல்லுறதால முந்தி நிலத்தில இருந்து படம் பாத்த எனக்கு சுமதி கதிரை எடுத்துப் போட்டு "வடிவா இதில இருந்து பார் சக்கரை" எண்டு சொல்லி வலுமரியாதை. நான் வாயைப் பிளந்துகொண்டு நதியாப் பெட்டையின்ர படத்தைப் பாத்தாலும் விச்சு விசர்க்கதை கதைக்கிறேல்லை.

ஒருநாள் சோக்கான கனவு கண்டன். நான் ஒரு பஸ்ராண் டில நிக்கிறன். எந்த பஸ்ராண்ட் எண்டு தெரியேல்ல. நெல்லியடி மாதிரியும் இருந்தது. பருத்தித்துறை மாதிரியும் இருந்தது. யாழ்ப் பாணம் மாதிரியும் இருந்தது. ஒரு பஸ் வந்து நிண்டுது. அதில இருந்து நதியாப் பெட்டை இறங்கிவந்தாள். நான் அவளையே கண்வெட்டாமல் பாத்துக்கொண்டு நிண்டன்.

அவள் என்னட்டை வந்து "அத்தான்! கனநேரமா காத்திருக் கீங்களா? கொஞ்சம் லேட்டாயிடுச்சு ஸாரி" என்டாள்.

"இல்லை! நான் வந்து கொஞ்சநேரந்தான்" எண்டன் நான். என்னை அவள் 'அத்தான்' எண்டு கூப்பிட்டதில எனக்கு வலுசந்தோசம். "வாங்கோ போகலாம்" என்று என்கையைப் பிடித்துக்கொண்டாள். அங்க ஏராளமான சனம் வந்திட்டுது. என்னோட்ட வயதுப் பொடியள் எல்லாம் என்னைப் பொறாமை யாப் பாத்தாங்கள். நான் காத்தில மிதக்கத் தொடங்கியிட்டன்.

நாங்கள் இரண்டுபேரும் நடந்து கொண்டிருந்தோம்.

அவள் கேட்டாள் "அத்தான் உங்களுக்கொரு பிறசென்ற் வாங்கிவந்திருக்கேன். என்னெண்ணு சொல்லுங்க பாக்கலாம்?"

நான் யோசிச்சிட்டு "சிவப்பு ரோசாப்பூ" எண்டன். அவள் சிரித்தாள் "தப்பு ... தப்பு ... தப்பு ..." என்றாள்.

நான் திரும்பவும் யோசிக்க வெளிக்கிட்டபோது அவள் மறைத்துவைத்திருந்த சரையை என்முன் நீட்டினாள். இருவரும் விழுந்து விழுந்து சிரித்தோம். அந்த நேரம் பாட்டுத் தொடங் கிச்சு "சக்கரை சக்கரை நீ சீனி சக்கரை. அக்கறை அக்கறை எனக்கு ஒம்மேல அக்கறை"

அவள் முதல் பாடினாள். என்னைக் கட்டிப்பிடிச்சு ஆடி னாள். கன்னத்தில முத்தங்கொடுக்க வரேக்க மெல்லமா அவளைக் கட்டிப்பிடிச்சன். குளிர்ந்துது.

கண்ணை முழிச்சுப் பாத்தா சாறம் நனைஞ்சுபோச்சு. தலகணியைக் கட்டிப்பிடிச்சுக் கொண்டு நான் பாயில படுத் திருந்தன்.

எனக்கு நல்ல சந்தோசம். அதேநேரம் கவலையாயிருந்தது, கனவு கலைஞ்சதில. திரும்பவும் கண்மூடிப் பாத்தன். ம்ஹம் ... ஒண்டும் வரேல்ல. தலகணியை எடுத்து பத்திரமா அலுமாரிக் குள்ள வைச்சன். இனி அதிலை தலைவைச்சுப் படுக்கக்கூடா தெண்டு.

ஆனால் அதுக்குப் பிறகு ஒருநாள் அந்தத் தலகணியைச் சுழட்டி எறிஞ்சனான்.

ஓ! சுழட்டி எறிஞ்சனான்

அது அவளின்ரை கலியாணப் படத்தைப் போட்டோவில பாத்துப்போட்டுத்தான் "இனி உனக்கும் எனக்கும் எந்தத் தொடர்பும் இல்லை" எண்டுசொல்லி நான் வைச்சிருந்த அவளின்ரை படம் எல்லாத்தையும் கிழிச்செறிஞ்சு போட்டன்.

எளியவள்... நான் கடிதம் போட்டும் இன்னொருத்தனைக் கலியாணம் செய்து போட்டாள். கொழுப்பு மெத்தின கழுதை. கனவிலயும் வந்து "சக்கரை சக்கரை எனக்கு ஓம்மேல அக்கறை அக்கறை ..." எண்டு பாட்டுப்பாடிப் போட்டு இப்ப என்னைக் காய்வெட்டி விட்டுட்டாள். இனி உவள் நடிச்ச படமொண்டை யும் சாகிறவரையும் பாரன். உவளின்ரை முகத்திலயும் முழியன்.

"சக்கரை! நதியா கலியாணம் செய்திட்டாளாம்" என்றான் நக்கலாக விச்சு.

"அவள் கலியாணம் செய்தா எனக்கென்ன?" நான் கோபத் தோடு அவனைக் கேட்டன். அவனும் தங்கச்சியும் விழுந்து விழுந்து சிரிச்சினம்.

அண்டைக்குப்பிறகு அந்த வீட்டு முத்தம் மிதிக்கிறேல்ல எண்டு தீர்மானம் எடுத்தனான். தீர்மானம் 1991ஆம் ஆண்டு வரைக்கும் நிலைச்சுது.

அந்த வரிசம் ஐப்பசி மாதம் கந்தசஷ்டி விரதநாளில் விச்சுவே என்னைத் தேடி வந்தான். "சக்கரை! என்னில ஏதும் பிழையிருந்தால் மன்னிச்சுக்கொள். நீ இனிமேல் படம் பாக்க வாடா மச்சான். நான் இனி உன்னை நக்கலடிக்கேல்ல" எண்டு மண்டாடினான். சரி போனால் போகுது எண்டிட்டு பிறகும் அவன்ரை வீட்டைப் படம் பார்க்கப் போனன்.

"சின்னதம்பி" எண்டொரு படம். நல்ல சோக்கான படம். அதில நடிச்ச பொடிச்சியையும் எனக்கு நல்லாப் பிடிச்சுப் போச்சு. பெயர் "குஷ்பூ" எண்டு விச்சுவின்ர தங்கச்சி சொன்னாள். எனக்கு அந்தப் பெயர் பிடிக்கேல்ல. நான் அவளுக்கு ஒரு பெயர் வைச்சன். நந்தினி எண்டு.

அவளின்ரை முகத்தைப் பார்க்க நதியாப் பெட்டையை விட நல்ல பொடிச்சியாய்த் தெரிந்தாள். அவளுக்கு என்ர விரும்பத்தைக் கடிதத்தில் எழுதிப்போட வேண்டும் எண்ட எண்ணம் வந்தது. விலாசத்தைத் தேடிக்கண்டுபிடிச்சு வடிவான எழுத்தில் அவளுக்கு ஒரு கடிதம் எழுதிப்போட்டேன்.

என் இதயதீபம் நந்தினிக்கு,

நான் நீ நடிச்ச “சின்னதம்பி” படத்தைப் பாத்தனான். உனக்கு உருண்டையான உன்ர சொக்குத்தான் நல்ல வடிவு. எனக்கு உன்னை நல்லாப் பிடிச்சுப்போச்சு! அதுதான் கடிதம் எழுதினனான். எனக்கு உன்னில நல்ல விருப்பம் வந்திட்டுது. நானும் சின்னதம்பி மாதிரிதான். சரியான அப்பாவி. மூக்கைப் பிடிச்சா வாயைத் திறக்கத் தெரியாத பொடியன். “தாலிக்கயிறு என்னான்னு தெரியாது எனக்கு!” சத்தியமா எனக்கு இருபத் தேழு வயதாகுது. கலியாணம் கட்டிறதெண்டா என்ன எண்டு தெரியாது. அவ்வளவு அப்பாவி. உனக்கு என்னைப் பிடிக்கு மெண்டு எனக்கு சத்தியமாத் தெரியும். எனக்குச் சுத்தி வளைச்சுக் கதைக்கத் தெரியாது. அதால அவக்கெண்டு எதையும் கதைச்சுப் போடுவன். கடைசியா உன்னிட்ட ஒரு கேள்வி நந்தினி! “போவோமா ஊர்கோலம், பூலோகம் எங்கெங்கும்?”

இப்படிக்கு
உன்னைப் பிடிச்சுப்போன
சக்கரை

நந்தினியும் கன மாதமாய் பதில் போடேல்ல, எனக்குச் சரியான கவலை. என்ர மனம் திட்டத் தொடங்கியிட்டது. “திமிர் பிடிச்சவள் எனக்கு ஒருவரியில் பதில் போடேலாது. சரியான கழுதை.”

அந்தநேரம் நந்தினிக்கு என்னைப்போல ஒருத்தன் கோயில் கட்டின செய்திகேட்டு எனக்குப் புல்லரிச்சுப் போச்சு. எனக்கு என்ன செய்யிறதெண்டே தெரியேல்ல. நான் நந்தினிக்கு ஏதேனும் செய்ய வேண்டும் போல இருந்தது. உடனை ஒரு யோசனை வந்தது. தயா அண்ணையின்ரை கடையில ஐம்பது ரூபாவுக்கு அவளின்ர பெரிய படம் ஒண்டு வாங்கி வச்சிருந்த னான். அதை எடுத்துக்கொண்டு போய் சாமிப்படத்தட்டில வைச்சு மந்திரம் சொல்லிக்கும்பிட்டன்.

நந்தினிக்கு நமோஸ்து. குஷ்பு அம்மனுக்கு நமோஸ்து. குஷ்பாம்பிகைக்கு நமோஸ்து. குண்டுக்கன்னம் கொண்டவளே நமோஸ்து. தக்காளிப்பழமேனியாளே நமோஸ்து. வடிவான பொடிச்சியே சரணம். எனக்குக் கடிதம் போடுவாய் சரணம்.”

நான் அப்பிடிக் கும்பிட்டுக்கொண்டு நிக்கேக்க அப்பு சாமியறைக்க வந்து சாமிப்படத்தட்டில நந்தினியின்ர படம் இருந்ததைப் பாத்துப்போட்டு “எளியடுவா, விசர் வேலை பார்த்து வெளுவை வாங்கப்போறாய். கெதியா உந்த கண்றாவிப் படத்தை எடுத்துக்கொண்டு போய் அடுப்புக்கை போடடா” எண்டு கத்தினார்.

நான் படத்தை எடுத்துக்கொண்டு போய் என்ர தலை கணிக்கு அடியில ஒளிச்சுப் போட்டன்.

அதுக்குப்பிறகு ஒவ்வொருநாளும் படுக்கப் போகேக்க அவளின்ர படத்தைக் கும்பிட்டுட்டுத்தான் படுப்பன்.

நான் அவளின்ர படப்பாட்டுகள் எல்லாவற்றையும் ஒருவரி விடாமல் பாடமாக்கினன்.

“கொண்டையில் தாழம்பூ, நெஞ்சில வாழைப்பூ, கூடையில் என்ன பூ குஷ்பூ” இது நான் ஒவ்வொரு நாளும் காலம கண் முழிச்ச உடன உச்சரிக்கிற பாட்டு. “அன்னக்கிளி அத்தை பெத்த வண்ணக்கிளி, கூட்டுக்குள்ள இடமிருக்கா? வசதி எப்பிடி? உன் முன்னழகு மூச்சுவாங்க வைக்குதடி. பின்னழகு பித்தம் கொள்ள வைக்குதடி. நீ எந்த ஊரில் வாங்கி வந்த காதல் சொக்குப்பொடி” இது நான் படுக்கைக்கு போகேக்க பாடுற பாட்டு. அப்பிடி ஒவ்வொண்டுக்கும் (குளிக்கேக்க, இருக்கேக்க, தும்மேக்க, சலம்பெய்யேக்க) ஒவ்வொரு பாட்டுப் பாடமாக்கி வச்சுப் படிக்கிறனான்.

அவளின்ரை படங்களைப் பாக்கேக்க ஒருத்தருக்கும் தெரியாமல் நான் அவளைப் பார்த்துச் சிரிப்பன். கண்வெட்டு வன். அவள் வெக்கப்படுவாள். எனக்குச் சரியான புளுகாய் இருக்கும்.

ஒருநாள் எங்கட தோட்டத்துக்குக் கிளிக் காவலுக்கு நான் போகவேண்டி வந்திடுத்து. சுண்டுவில்லோட போய் பரணில ஏறி இருந்தன். நல்ல காத்தடிச்சுது. இதமா இருந்தது. எனக்குக் கண்ணைச் சுழட்டிச்சுது. அப்பிடியே கண்ணை மூடினன்.

நந்தினி ஷம்புவில முழுகின தலைமயிர் காற்றில பறக்க எனக்கு முன்னால வந்து நிண்டாள். பாவாடை சட்டைதான் போட்டிருந்தவள். நான் சாறமும் சேட்டும் போட்டிருந்தனான்.

அவள் என்னைப் பார்த்துச் சிரிச்சாள். நான் அவளைப் பார்த்துச் சிரிச்சன். அவள் ஓடினாள். நான் அவளைத் துரத்தி னன். உடனே ஒரு பாட்டுத் தொடங்கிச்சுது. நான்தான் முதல் பாடினன். நல்ல சோக்கான பாட்டு. “என்ர தக்காளிப்பழமே

ஓடாதை என்ர நந்தினிப் பெட்டை ஓடாதை என்ர வெள்ளரிப் பழமே ஓடாதை என்னை வேர்த்தொழுக வைக்காதை.”

அவள் பாடினாள். “என் சக்கரை மாமா தேடாதே, நீ அக்கரை வரைக்கும் ஓடாதே, அப்பாவிபோல நடிக்காதே, தப்பான பார்வை பார்க்காதே.”

கனவு முடிஞ்சு முழிச்சுப்பாத்தா அரைவாசிப் பச்சை மிளகாயையும் கிளிகொண்டு போட்டுது.

“எங்கையடா விசரா வாய் பாத்துக் கொண்டிருந்தனி. மிளகாயை கிளிகொண்டு போட்டுது. திண்டு திண்டுட்டு திண்ணைக்கு மண் எடுக்கத்தான் தெரியும் உனக்கு. வேறை ஒரு இழவும் தெரியாது. உன்னைக் கட்டிப்போட்டு பொலி வளைய வேணும்” அப்பு தாறுமாறாகப் பேசினார். அவர் பேச்சை நான் பறவாய்ப்படுத்தேல்ல. நல்ல அருமையான கனவுக்காகப் பச்சை மிளகாயை இழந்தா என்ன? ஒண்டை இழந்துதானே இன்னொன்டைப் பெறவேணும்.

இதுக்குப் பிறகு நந்தினி என்ர கனவில வரயில்லை. பாட்டுப்பாடவும் இல்லை.

“நீ போவேண்டாம் . . . நீ போவேண்டாம் எண்டு அப்பு தடுத்தும் நான் எத்தினையோ நாள் கிளிக்காவலுக்குப் போயிருப் பன். பரணில போய் ஏறி இருந்து வில்லண்டத்துக்குக் கண்ணை மூடிப் பாப்பன். ம்க்கும் . . . ஒரு கொஞ்சக்கனவும் வரயில்லை. நான் அவளின்ர படத்தை எடுத்துப் பார்த்துக்கொண்டு அடிக்கடி பெலத்துப் பாடினன். கிளியள் எல்லாம் தலைதெறிக்கப் பறந்துதுகள்.

நான் கிளிக்காவலுக்குப் போனதுதான் மிச்சம். காதல் கோட்டையெல்லாம் உடைஞ்சு போச்சு. நந்தினி கலியாணம் முடிச்சு பிள்ளையும் பிறந்திட்டுது. அதுக்குப்பிறகு எனக்குச் சரியான கவலை. நந்தினியைக் கலியாணம் முடிச்சு இராசா மாதிரி இருக்க வேண்டியவன். இஞ்ச இலையான் கலைச்சுக் கொண்டிருக்கிறன். அவளுக்குக் கலியாணம் முடிஞ்சது எண்ட வுடனை அவளை வாய்க்கு வந்தபடி திட்டிப்போட்டன். இப்பதான் விளங்குது நான்தான் மடத்தனமான வேலை பாத்திட்டன் எண்டு.

‘ம்’ போனது போகட்டும் இப்பவாவது தெரிஞ்சதே பெரிய சந்தோசம். சச்சியண்ணை கடவுள் மாதிரி என்னைக் காப்பாற்றிப்போட்டார். இல்லாட்டில் இப்படியே எனக்கு வயது போயிருக்கும். கிழடு தட்டியிருக்கும்.

நல்லகாலம் சச்சியண்ணையிட்ட நானிதைக் கேட்டது. "சச்சியண்ணை நடிகையளுக்குப் போடுற கடிதங்கள் ஒழுங்கா அவைக்குப் போய்ச் சேருமோ? சேர்ந்தாலும் வாசிப்பினமோ ..?

"ஏனடா விசரா, ஆருக்கேனும் கடிதம் போட்டுப் பதில் வரேல்லையோ?" சச்சியண்ணை கேட்டார்.

உதவி செய்யிற ஆக்களுக்கு உண்மையை மறைக்கலாமே. "ஓமண்ணை இரண்டு பேருக்குப் போட்டனான். நதியாவுக்கும் குஷ்புவுக்கும்" எண்டன்.

"தமிழ்லையோடா விசரா எழுதினனி?" அவர் கேட்டார்.

"ஓமண்ணை ஏன்?" நான் கேட்டன்.

"எட விசரா குறுக்காலபோனவனே அவளவை இரண்டு பேருக்கும் தமிழ் வாசிக்கத் தெரியாதடா"

அவர் சொன்னதைக் கேட்டு எனக்கு அஞ்சும் கெட்டு அறிவும் கெட்டுப்போச்சு. அட நாசம்! என்ன விசர் வேலை செய்து போட்டன்.

"எடேய் விசரா! இனி ஆருக்கேனும் கடிதம் எழுதுற தெண்டா தமிழில எழுதாதை. இங்கிலீசில எழுது. பதில் போடுவாளவை." சச்சியண்ணை ஆலோசனை சொன்னார்.

அவரின்ரை ஆலோசனை எனக்கு நெஞ்சில் பாலை வாத்த மாதிரி இருந்தது. அதோட நதியா, நந்தினி இவையள நினைக்க வேதனையா இருந்தது. அவளவைக்கும் எனக்கும் சாதகப் பொருத்தமில்லைப் போல இருக்கு. போனால் போகட்டும் இனி விடமாட்டன். விசயம் தெரிஞ்சு போச்செல்லோ! இனிக் கடைசி வந்தாலும் விடன்.

நேற்று விச்சு வீட்டை 'தெனாலி' எண்டொரு படம் பாத்தன். பாத்தபிறகு எனக்கு மூக்குமுட்டினபுளுகு. அதில கமலகாசனுக்கு சோடியா நடிச்ச பிள்ளை நல்ல சோக்கான வடிவாய் இருந்தாள். அப்பவே தீர்மானிச்சுப் போட்டன். அவளுக்குக் கடிதம் எழுதிறதெண்டு. அதில இன்னொரு முக்கிய மான விசயம் நானும் யாழ்ப்பாணத்தவன் எல்லோ. அவள் கட்டாயம் எனக்குப் பதில் போடுவள் எண்டு நல்ல நம்பிக்கை யும் வந்திட்டுது.

அவளின்ரை பெயர் 'ஜோதிக்கா' எண்டு விச்சு நான் கேக்காமலேயே சொல்லிப் போட்டான். நானும் தெனாலி மாதிரிச் சரியான பயந்தவன். கொஞ்சம் விசரும் இருக்கு. எலியைக் கண்டால் குதிச்சு விழுந்து திறமாச் சண்டை போடுவன்.

இதால அவள் கட்டாயம் என்னை விரும்புவள். எனக்குக் கடிதம் போடுவள்.

ஆனால் அவளின்ர விலாசம்?

ம்... அது எப்பிடியும் கிடைச்சிடும். முதல்ல கடிதத்தை எழுதுவம். விலாசம் கிடைச்ச உடனும் அனுப்பிப் போடலாம். கடிதம் இங்கிலீசில எல்லோ எழுதவேணும். சச்சியண்ணையிட்டைக் குடுத்து எழுதுவிப்பமோ? சீச்சீ வேண்டாம், அந்தாள் பிறகு உங்கை எல்லாருக்கும் பறையடிச்சுப்போடும்.

அதோட தாறுமாறா எழுதிப்போட்டா... அல்லாட்டில் என்னைப்பற்றிக் கூடாதமாதிரி எழுதிப்போட்டா ... வேண்டாம். நானே எனக்குத் தெரிஞ்ச இங்கிலீசில எழுதுவம்.

My heart lamb jothika, (என் இதய தீபம் ஜோதிக்காவுக்கு) *I see your film Thennali. You are very beautiful. I am a jaffina Tamilan, as Thennali. A Visaran (some). I Hope, you love to me. I love you. My song for you . . . Incherungo . . . Incherungo . . ."*

Your's Sakkarai

◎

செண்பகங்களின் வருகை

கை, கால், முகம், கழுத்து, நெஞ்சு, முதுகு என்று வரிசையாகச் சொறிய ஆரம்பித்து எல்லா இடமும் சொறிய வேண்டியிருந்தது. சொறிந்த இடங்களெல்லாம் சிவந்து, தடித்து, மயிர்த்துளைகள் உருப்பெருத்து நின்றன. தொடர்ந்து சொறிந்து கொண்டேயிருக்க வேண்டியிருந்தது. இப்போது சில நாட்களாய் இந்நிலை தொடர்ந்த வண்ணமேயுள்ளது. மயிர்க்கொட்டிகளின் படையெடுப்பு அதிகமாகிவிட்டது. படிக்கும் அறையின் தாழ்வாரத்தில் வரிசை வரிசையாக நிற்கும் பூவரசுகளின் கிளைகளில் இருந்து மெல்ல மெல்லத் தொங்கியபடியே இறங்கி ஓட்டிலே ஊர்ந்து சலாகைகளின் வழியே தீராந்திகளுக்கு இறங்கி அதிலிருந்து சுவருக்கு ஊர்ந்து மேசை, படுக்கை, கதிரை என எல்லா இடமும் ஆக்கிரமித்து அங்கிங்கெனாத படி எல்லா இடமும் ஒவ்வொரு தொடுகையின் போதும் மயிர்களை உதிர்த்து . . .

“சுடு சாம்பலை பூசு . . . கெதியாய்போ !” சொறிந்த இடங்களெல்லாம் சிவத்து, தடித்து மயிர்த்துளைகள் உருப்பெருத்து நிற்கும்போதெல்லாம் அம்மா என்னை அந்தரப்படுத்துவாள். ஓடுவேன் அடுப்படியை நோக்கி, தகதகவென்று கனன்றுகொண்டு மின்னும் தணல்களை ஒரு கொள்ளியாலோ அகப்பைக் காம்பாலோ கிளறி அகற்றிவிட்டு சுடுசாம்பலை அள்ளிப் பூசுவேன். அது இன்னும் சொறியத் தூண்டும். மீண்டும் சொறிவேன். என்னால் சொறியாமல் இருக்க முடிவதில்லை. அதே வேளை சொறிந்த பின்பாக ஏற்படும் வேதனையை என்னால் தாங்கவும் முடிவதில்லை. ஒரே எரிச்சலாக இருக்கும். அந்த நேரம் பார்த்து வியர்க்க ஆரம்பிக்கும். முதலில் நெற்றி, அடுத்து மூக்கு, அடுத்து கழுத்து என்ற வரிசையில் வியர்த்துக் கொட்டத் தொடங்கும். சுடு

சாம்பல் வியர்வையில் கரைந்து வழியும். இந்த அனுபவம் ஒரு வகை நரகம்.

சுடுசாம்பல் பூசியும் எரிவு அடங்காவிட்டால்... "வாழைப் பழத்தோலை தடிச்ச இடமெல்லாம் அழுத்திப்பூசு" இன்னுமொரு முறை அந்தரப்படுவாள் அம்மா. மயிர்க்கொட்டிகள் எனக்கு அறிமுகமான நாட்களில் இருந்து அம்மா இப்படித்தான் அந்தரப்பட்டுக்கொண்டிருந்தாள். சில நேரங்களில் அங்கங்கே சொறிய வேண்டும் போலிருக்கையில் சொறிவேன். முதலில் எரிவெடுக்கும். பிறகு எரிவெடுத்த இடமெல்லாம் புள்ளி, புள்ளியாக வீங்கி, சிவத்து, மயிர்த்துளைகள் உருப்பெருத்து நிற்கும். நான் மயிர்க்கொட்டிகளைத் தேடுவேன். ஓரிடத்திலும் அகப்படாது. அப்போதெல்லாம் அடுப்பு எரிந்து கொண்டிருக்கும். மயிர்க்கொட்டிகள் அகப்பட்டால் நீறுபூத்த அந்த நெருப்பில் அவற்றை ஏதேனும் ஒரு இலைக்காம்பாலோ அல்லது ஈர்க் காலோ அவை உடம்பை மெல்ல மெல்ல நெளித்துக்கொண்டு முன்னேறும் பாதைகளில் குறுக்காக வைத்து அவை அதிலே ஏறிய பின்னர் எடுத்துக் கொண்டோடிப்போய் போட்டு ஒரு விதத் திருப்தியோடு பார்த்துக்கொண்டிருப்பது எனக்குப் பிடித்திருந்தது. ஆனால் அத்தகைய சந்தர்ப்பங்கள் அவ்வளவு எளிதாக நெருங்கி வந்ததில்லை.

பின்புறச் சுவர்களிலோ, வாசல் படிகளிலோ, விறாந்தை யிலோ, கதவுகளிலோ, யன்னல் கம்பிகளிலோ, சாய்மனைக் கதிரைக் கைபிடிகளிலோ நெளிந்து நெளிந்து ஊர்ந்து செல்லும் ஒரு "குறோக் கணவன்" புழுவைவிட பெரிய அளவிலான தனிக்கறுப்பு மயிர்க்கொட்டிகளும், செம்மஞ்சள், கறுப்பு, சிவப்பு என்ற நிறக்கலவைகளுடன் கூடிய நரைநிற மயிர்க்கொட்டி களும் எனக்குப் பயத்தையும் அருவருப்பையும் ஆத்திரத்தையும் ஒருசேரக் கிளப்பி விடும். மெல்ல மெல்ல நகர்ந்து பின்வேலிப் பூவரசில் பழுத்த இலைகளை ஒடித்து (பல சமயங்களில் ஒடித்தல் தேவையற்றதொன்றாகவே இருக்கும்) அவை ஊர்ந்து செல்லும் பாதைகளுக்குக் குறுக்காக வைத்து அவை ஏறிக்கொண்டதும் காம்பை மெதுவாக உயர்த்தி அடுப்படிக்கு நகர்ந்தால் அடுப்பு வெறுமையாக இருக்கும். "சேச்சே..." என்னையறியாமல் சலித்துக் கொள்வேன். அடுப்புல நெருப்பில்லை. உதை வெளியில கொண்டே ஒரு கல்லால நெரிச்சுவிடு. அம்மா அப்போதும் அந்தரப்படுவாள். எனக்கு மயிர்க்கொட்டிகளைக் கல்லால் நெரிப்பதில் ஒருபோதும் உடன்பாடு இருந்ததில்லை. ஏனெனில் அது ஆபத்து விளைவிக்கக் கூடியதொன்று. அம்மாவும் அதை அறியாதவளில்லை. அனுபவப்படாதவளுமில்லை. கல்லால் நெரித்து விட்டால் மயிர்க்கொட்டி பச்சை ரத்தம் பீய்ச்சி யடிக்க இறந்துதான் போகும். ஆனால் மயிர்கள்?.. அதன்

மீது தப்பித்தவறி நானோ என் மனைவியோ அம்மாவோ அப்பாவோ மிதித்துவிட்டால் . . . பிறகென்ன முதலில் சொறிய வேண்டும் போலிருக்கும். சொறிவோம். சொறிந்த இடம் சிவந்து வீங்கும். மறுபடியும் சுடுசாம்பல், வாழைப்பழத்தோல் . . . எல்லாம் தேவைப்பட்டுக்கொண்டே இருக்கும் தொடர்ச்சியாக அம்மாகூட ஒரு நாள் இப்படித்தான் நான் கல்லால் நெரித்து விட்ட மயிர்க்கொட்டியின் மீது மிதித்திருக்கிறாள். அனுபவப் பட்டு உணர்ந்திருக்கிறாள். இந்த மயிர்க்கொட்டிகளை நெரிக் கின்றபோது 'கொளக்' என்று வெளிப்படும் பச்சை ரத்தம் கண்ணில் பட்டால் அதற்குப் பின்னர் கண்தெரியாமல் போய் விடும் என்று அம்மா பலமுறை வலியுறுத்தியே வந்திருக்கிறாள். அப்படியிருக்கையில் ஒரு மத்தியான நேரம் கிணற்றடிப் பக்கம் போனேன். அங்கே தொட்டியின் விளிம்பு சலவைக் கல், கிணற்றின் மேற்கட்டு என எங்கும் மயிர்க்கொட்டிகளின் புளுக்கைகள் உழுத்துப்போன குரக்கனாகக் கறுப்பு நிறத்தில் பரவிக்கிடந்தன. எனக்கு உடம்பெல்லாம் சொறிய வேண்டும் போல் தோன்றியது. நிமிர்ந்து பார்த்தேன். கிணற்றடிப் பூவரச மிலைகளில் மிகப் பெரும்பாலானவை வெவ்வேறு வடிவங் களில் அரிக்கப்பட்டிருந்தன. எங்கேனும் மயிர்க்கொட்டிகள் குவிந்திருக்கும் என நம்பினேன். நிதானமாகச் சுற்றுமுற்றும் பார்த்தேன். எதுவும் தென்படவில்லை.

ஆனாலும் அவை நெளிந்து, நெளிந்து ஊர்ந்து திரிவதாகத் தோன்றியது. அவ்விடத்தை விட்டகன்றுவிடும் நோக்கத்துடன் திரும்பினேன். முதலாவது மயிர்க்கொட்டி என் கண்களில் தென்பட்டது. தொட்டியின் மேற்குப் பக்கச் சுவரில் மேலிருந்து கீழ் நோக்கி நெளிந்து, நெளிந்து பயணித்துக் கொண்டிருந்தது.

"அட சனியன் . . ." கோபாவேசத்தோடு அதை நெருங்கினேன். கீழே விழுந்துகிடந்த பழுத்தல் பூவரசமிலையின் காம்பை ஒடித்து அதன் பயணப்பாதைக்குக் குறுக்கே வைத்தேன். அது தனது பயணப்பாதையை மாற்றி வலமிருந்து இடமாகப் பயணிக்க ஆரம்பித்தது. "மூதேவி . . ." நான் பற்களை நெருமிக் கொண்டே மீண்டும் காம்பை அதன் பயணப்பாதைக்குக் குறுக்காக வைத்தேன். சற்று நேரம் தயங்கிவிட்டுக் காம்பில் ஏறிக்கொண்டு திரும்பவும் நெளிந்து நெளிந்து ஊரத் தொடங்கியது.

"இண்டைக்கு உன்னை என்ன செய்யிறன் எண்டு பாரன்" ஆவேசம் பொங்கக் கூறிக்கொண்டு அடுப்படிக்கு விரைந்தேன். ஏமாற்றந்தான் மிஞ்சியது. அம்மா அடுப்பை தண்ணியூற்றி அணைத்திருந்தாள். எனது மயிர்க்கொட்டியின் மீதான அதே

யளவு ஆத்திரம் அம்மாவின் மீதும் அந்த நேரத்தில் எழவே செய்தது. மயிர்க்கொட்டி காம்பின் விளிம்பை அண்மித்துக் கொண்டிருந்தது. அந்த நேரம் பார்த்து அம்மா அங்கே வந்தாள். "என்ன உது?" என்று கேட்டுக்கொண்டே என் ஆத்திரம் மேலும் அதிகரித்தது. "நீ என்ன வேலை பாத்திருக்கிறாய்? அதுக்கிடையில அடுப்பை நூர்த்துப் போட்டாய் என்ன! என் ஆத்திரத்தைக் கவனிப்புக்குள்ளாக்காதவளாய் "அட சனியன்! உதை வெளியில கொண்டுபோய் ஒரு கூர்க்கல்லால நெரிச்சுவிடு." ஓடு . . . ஓடு அவள் அந்தரப்பட்டாள். அப்போது மயிர்க்கொட்டி காம்பின் விளிம்புக்கு வந்து மேலும் முன்னேற முடியாமல் தடுமாறிக் கொண்டிருந்தது. "விழப்போகுது நிலத்தில், கொண் டோடு கெதியா வெளியில" அம்மா திரும்பவும் அந்தரப்பட் டாள். அவளுடைய அந்தரம் என்னையும் தொற்றிக்கொண் டது. வெளியில் வேகமாக நடந்தேன். மயிர்க்கொட்டியை விழுந்துவிடாதபடி பிடித்துக் கொண்டே.

எனக்கு வழமையில் மயிர் கருகும் வாசனை பிடிப்பதில்லை. எங்கே மயிர் கருகி மணத்தாலும், அது என் மயிராயினும் என்னால் அதை அனுபவித்து முகர முடிவதில்லை. அவ்விதம் முகர வேண்டி ஏற்படும் பொழுதுகளிலெல்லாம் எனக்கு வயிற்றைக் குமட்டிக்கொண்டு வரும். ஆனால் மயிர்க்கொட் டியை நெருப்பில் போட்டு அதன் உடம்பிலுள்ள மயிர் கருகும் வாசனையை அருவருப்பில்லாமல் என்னால் அனுபவித்து நுகர முடியும். அந்தக் கணங்களில் ஒருபோதும் எனக்கு வயிற் றைக் குமட்டிக்கொண்டு வருவதில்லை. பதிலாக ஒரு எதிரியை அழித்துவிட்டுத் தலைநிமிர்ந்து நிற்கும் திருப்தியே நெஞ்சில் நின்று நிலவும். அந்தத் திருப்தி கைக்கெட்டாமல் போனதில் ஏமாற்றமும் அம்மாவின் செயலினால் எழுந்த ஆத்திரமும் ஒன்றுதிரண்டு மயிர்க்கொட்டி மேல் குவிந்தன. கல்லுக் குவிய லில் இருந்து சற்றே தட்டையான கல்லின் மீது மயிர்க்கொட் டியைத் தந்திரமாக விழுத்திவிட்டுக் கைக்கடக்கமான கூர்ந்த கல்லொன்றை எடுத்து அதன் மீது ஓங்கியடித்தேன். அதன் உடல் பிளந்து பச்சை திரவம் என் இடக்கண்ணில் தெறித்தது. நான் "ஐயோ! என்ர கண்" என்று கத்தினேன். கண்ணுக்குள் ஏதோ உருள்வது போல் இருந்தது. அம்மா, "என்னடா . . . என்ன நடந்தது?" என்று கேட்டுக்கொண்டே ஓடி வந்தாள். "எல்லாம் உன்னாலதான் நீ பார்த்த வேலையாலதான் . . ." என்று உறுமிக்கொண்டே கண்ணைக் கண்டபடி கசக்கினேன். கசக்கக் கசக்கச் சுகமாக இருந்தது.

"கசக்காதையடா மக்கு! அப்படியே விடு நல்லெண்ணெய் போடச்சரிவரும்." அம்மா பதறிக் கொண்டிருந்தாள். அதன்

பின்னர் நல்லெண்ணெய் கண்ணில் விட்டும் இரண்டு மூன்று நாட்கள் எரிச்சல் நீடித்திருந்ததுடன் பசடு தட்டியும் இருந்தது. மூக்கு நீரும் வழிந்துகொண்டுதானிருந்தது. நல்லகாலம் கண் கெட்டுப் போகவில்லை.

மயிர்க்கொட்டிகளுக்கு நேரம், காலம் தெரிவதில்லை. காலையோ மதியமோ இரவோ எந்நேரமானாலும் வாயிலிருந்து நூலை நூற்றபடி இறங்கி நெளிந்து, நெளிந்து ஊர்ந்தபடியிருக்கும் இடையே எங்களில் யாராவது அகப்பட்டுக் கொண்டால் எரிய எரிய சொறிந்துகொண்டேயிருக்க வேண்டும். நான் மயிர்க்கொட்டிகள் எனக்கு அறிமுகமான நாளில் இருந்து இன்றுவரை அவற்றால் நிறையப் பாதிக்கப்பட்டிருக்கிறேன். எங்களது சூழல் காரணிகள் எங்களுக்கு விரோதிகளாகவும் அவற்றிற்கு சிநேகிதர்களாகவும் இருப்பதாகவே தோன்றுகிறது. எல்லை வேலிப் பூவரசுகளும் பின்வளவிற் கறிமுருங்கை மரங்களும் எப்போதும் மயிர்க்கொட்டிகளுக்கு நேசக்கரம் நீட்டி விடுகின்றன. எத்தனை தடவைகள் பூவரசுகளுக்கும் கறிமுருங்கைகளுக்குமெதிராகக் கொடி தூக்கிவிட்டேன். பூவரசங்கதிகால்களை வெட்டிப் பூவரசுகளை மொட்டையாக்கிப் பார்த்தேன். கறிமுருங்கைகளின் அடிப்பகுதிகளிலும் இடுக்குகளிலும் படைபடையாக ஒட்டிக்கொண்டிருக்கும் மயிர்க்கொட்டிகளின் மீது மண்ணெண்ணெய் ஊற்றிக் கொளுத்திப் பார்த்தேன். எந்த முன்னேற்றமும் ஏற்படவில்லை. மயிர்க்கொட்டிகளால் எல்லோரும் துன்பப்பட்டுக் கொண்டுதானிருந்தோம். அதுவும் நான் மாத்திரம் அதிக துன்பம் அனுபவித்துக்கொண்டுதானிருந்தேன். இப்பமட்டுமென்ன ?

பள்ளிக்கூடத்துக்கோ ரியூசனுக்கோ அல்லது வேறெங்கேயுமோ ஒருவிதச் சந்தோசத்துடன் விசிலடித்துக்கொண்டு புறப்படுவேன். கொல்லர் தெருவைக் கடந்து செல்வதற்கிடையில் வீதியில் இருமருங்கும் சாய்ந்திருக்கும் பூவரசுகளிலிருந்து நூல் நூற்றபடியே இறங்கிக்கொண்டிருக்கும் மயிர்க்கொட்டிகள் ஏதோவொரு விதமாக என்னோடு தொற்றிக்கொண்டுவிடும். அதன்பின்னர் எரிவெடுத்து சொறிந்து வீங்கிச் சிவந்து . . . கழுத்து, முகம், கைகள் என்று எல்லாவிடமும் விகாரமாய்த் தோன்றும். இப்படியே கழிந்துகொண்டிருந்த நாட்களில்தான் செண்பகங்கள் வந்து சேர்ந்தன. சிவந்த கண்கள், கறுத்த உடல், மண்ணிறச் சிறகுகள் என்ற அமைப்பில் வித்தியாசமாகத்தானிருந்தன. “ரீ. . . கூக்கூகூ . . .” என்று சத்தமிட்டபடியே பூவரசுகளிலும் கறிமுருங்கைகளிலும் கம்பீரமாக நடந்தன. மயிர்க்கொட்டிகளைக் கொத்திக் கொத்தி விழுங்கின. நான் செண்பகங்களை நேசிக்கவாரம்பித்தேன். அவற்றின் மீது எனக்கு அசைக்க

முடியாத நம்பிக்கை ஏற்பட்டது. செண்பகங்களை எங்கே கண்டாலும் பிரமிப்போடு நின்று பார்க்கவாரம்பித்தேன். நான் மயிர்க்கொட்டிகளுக்குப் பயந்தோடும்போது செண்பகங்கள் அவற்றைக் கொத்திக் கொத்தி விழுங்குவதைக் கண்டு பிரமித்து நிற்பதை என்னால் தவிர்க்க முடியவில்லை. செண்பகங்களின் வருகைக்குப் பிறகு நான் சைக்கிளை எடுத்துக்கொண்டு பள்ளிக் கூடத்துக்கோ ரியூசனுக்கோ அல்லது வேறெங்கேயுமோ விசிலடித்துக்கொண்டு சுதந்திரமாகப் போய் வந்தேன். கொல்லர் தெருவின் பூவரசுகள் குறித்து எனக்கு இருந்த அச்சம் அறவே நீங்கிவிட்டிருந்தது.

பக்க அறையின் யன்னலுக்கு வருவதும் போவதும் வட்டமிடுவதுமாக இரண்டு சிட்டுக்குருவிகள் அந்தரப்பட்டுக்கொண்டிருந்தன. "அப்பா! இஞ்சை வந்து பாருங்கோவன் சிட்டுக்குருவி இரண்டு யன்னலைச் சுத்திச்சுத்தி வருகுது." மனைவி உற்சாகமாகக் குரல் கொடுத்தாள். நானும் வெளியில் வந்து பார்த்தேன். மைதீட்டியது போலத் தோன்றிய அழகிய சிறுகண்கள். சின்னச் சொண்டுகள். ஒரு கைக்குள் பொத்தி மூடிவிடக்கூடிய தோற்றத்தில் அவையிரண்டும் இருந்தன. எங்களை மிகக் கவனமாக தங்கள் சின்னஞ்சிறிய தலைகளை உருட்டி உருட்டிப் பார்த்தன. பின்னர் "டுவிக் . . . டுவிக் . . . டுவிக் . . ." என்று சத்தமிட்டுப் பறந்தன. சிறிது நிமிட இசைவெளியில் மீண்டும் பறந்து வந்து வட்டமிட்டன.

"கூடுகட்டி முட்டையிட இடம் பாக்கினும் போல. பாவமப்பா" அவள் ஏக்கத்துடன் சொன்னாள்.

"அதுக்கு இப்ப என்ன செய்யிறது?" நான் அலுப்படைந்தவனாகக் கேட்டேன்.

"ஏதேனும் ஒரு காட்போட் பெட்டி சின்னனா எடுத்து அதுகள் உள்ளை போகக்கூடியதாக ஓட்டை விட்டு உள்ளை கொஞ்ச வைக்கலும் அடைஞ்சு உந்த யன்னலில் கட்டிவிடுவமே" அவள் கெஞ்சுவது போலக் கேட்டாள். "விசர்க்கதை கதையாமல் பேசாமல் போய் உன்ரை அலுவலப் பார்" என்று சொன்னால் அழுதுவிடுவாள் என்றே தோன்றியது. "இப்ப காட்போட் பெட்டிக்கு எங்கைபோறது?" நான் கேட்பதற்கிடையில் அவளே ஒரு சிறிய காட்போட் பெட்டியைக் கொண்டு வந்து விட்டாள். பிறகென்ன . . . கூடு தயாரித்து யன்னல் கம்பிகளில் ஆடாமல் அசையாமல் கம்பிகளால் கோர்த்துக் கட்டிவிட்டேன். அதற்காகவே காத்திருந்தவை போல் சிட்டுக்குருவிகள் உள்நுழைந்து கொண்டன.

"நான் சொன்னன்தானே. பாத்தியளே – அதுகளுக்கு நல்ல சந்தோசமாய் இருக்கும்" அவள் நிரம்பவும் சந்தோசப்பட்டாள். எனக்கும் சந்தோசமாகத்தானிருந்தது. உள்ளே நுழைந்த குருவிகளி லொன்று வெளியே வந்து எங்களை மீண்டும் தனது சின்னஞ் சிறிய தலையை உருட்டி உருட்டிப் பார்த்தது.

"பாத்தியளே! எங்களுக்குக் குருவிப்பிள்ளை நன்றி சொல்லு கிறார்" என்றாள் உற்சாகத்துடன். எனக்கும் அப்படித்தான் தோன்றியது. எங்களைப் பார்த்துக் கொண்டிருந்த சிட்டுக் குருவி 'விருட்'டென எங்கோ பறந்துபோனது.

"உள்ளுக்கிருக்கிறவ பொம்பிளை. உவர் ஆம்பிளை. அவவை விட்டுட்டு இரைதேடப் போறார் போல" அவள் அதே குதூகலத் தோடு சொன்னாள். நானும் அவள் சொன்னதை ஆமோதித்து உற்சாகமாய் தலையாட்டினேன்.

இரவுப் பொழுதுகளில் நாங்கள் அணைப்புகளுக்கு ஆட் படுகையில் சிட்டுக்குருவிகள் இரண்டும் டுவிக் . . . டுவிக் . . . என்று மாறி மாறி மிக மென்மையான ஒலி எழுப்பும். அந்த நேரத்தில் எங்களுக்கு அந்த ஒலி மிகவும் இதமாக இருக்கும். எங்களுக்கும் அவைக்கும் இடையில் ஒரு ஒத்திசைவு அந்த நேரத்தில் தென்றல் பரவுவது போல் இழையோடிக்கொண்டே யிருக்கும். மேனிகள் சிலிர்க்கும். இதைத்தான் ரம்மியம் என்பதோ? இதென்ன உணர்வு? வார்த்தைகளுக்கு வசப்படக் கூடியதா?..

"குறும்புக்காரக் குருவிகள்" அவள் மெல்லமாய் முனகு வாள். அந்த முனகல் மட்டுமென்ன வார்த்தைகளுக்கு வசப் படக்கூடியதா?

"ஏன்? ஏனிப்படிச் சொல்லுறீர்?" எனது பதில் முனகல். அட அதிசயமாகத்தானிருக்கிறது. எனக்குக் கூட இதமாக முனக முடிகிறதே.

"எங்களை நக்கலடிக்கினம் பாருங்கோவன்."

"இல்லையப்பா, எங்களை வாழ்த்துகினம் . . . நாங்கள் தானே தங்குமிடவசதி ஏற்படுத்திக் கொடுத்தது."

"ம் . . . நீங்களும் அதுகளைப் போல சரியான குறும்பர்" அவள் இதமாக முனகுவாள். இணைப்பு இறுகிக்கொண்டே போகும்.

திடீரென்று ஒரு நாள் செண்பகங்கள் சில கூட்டைச் சுற்றி வளைத்துச் சிட்டுக்குருவிகளை மூர்க்கமாகத் தாக்கத் தொடங்கின. "றூஸ் . . . றூஸ் . . . டுட் . . . டுட் . . ." என்ற பயங்கர ஒலிப்புகைகளுடன் இடைவிடாது தாக்கின. "டுவிக் . . . டுவிக் . . ."

என்று மரண ஓலம் எழுப்பின சிட்டுக்குருவிகள். நான் "சூச்சு ... சூச்சு ..." என்று சத்தமிட்டபடியே ஓடினேன். செண்பகங்கள் பறந்துபோய் வேலிப் பூவரசுகளில் அமர்ந்திருந்து தலையை உருட்டி உருட்டிப் பார்த்தன. அப்போது அவை எனக்கு செண்பகங்களாகவல்ல கழுகுகளாகவே தெரிந்தன. சிட்டுக் குருவிகளைக் காணவில்லை. அவற்றின் குஞ்சு கூட்டின் கீழே இறந்துகிடந்தது. கழுத்திலே இரத்தம் கசிந்திருந்தது. எனக்கு எதுவும் செய்யத் தோன்றவில்லை. குஞ்சு இறப்பதற்கு நானே காரணமாகிவிட்டதாய் உணர்ந்தேன். இப்போதும் செண்பகங் கள் கூட்டையே மூர்க்கத்தோடு பார்த்துக் கொண்டிருந்தன. அவற்றின் மீது ஆவேசம் கொண்டவனாய் கற்களை எடுத்து வீசினேன். "சீ ... கொலைகார மூதேசியள்." அவை விழுந்தடித்துக் கொண்டு பறந்துபோக ஆரம்பித்தன. அந்தக் கணத்திலிருந்து செண்பகங்கள் எனக்குக் கழுகுகளாகவே தோன்றின. அவற்றைப் பிரமிப்போடு பார்ப்பதை விடுத்து ஆவேசத்தோடு எங்கே கண்டாலும் துரத்திக் கலைத்தேன்.

மயிர்க்கொட்டிகள்தான் வண்ணத்துப்பூச்சிகளாய் உரு வெடுக்கின்றன என்பதைச் சந்தேகத்திற்கிடமின்றி நான் அறிந் திருந்தபோதும் வண்ணத்துப்பூச்சிகளைக் கண்டால் நான் என்னை மறந்து ரசிக்கின்றபோதிலும் இப்போது சில நாட் களாய்க் கிணற்றடிப் பக்கம் போனாலோ படுக்கையில் நீட்டி நிமிர்ந்து படுத்தாலோ வீட்டின் பின்புறம் போனாலோ தெருவில் சைக்கிளோடிப் போனாலோ முகம், கை, கால், நெஞ்சு, முதுகு என்று எல்லா இடமும் சொறிய ஆரம்பித்து சிவந்து வீங்கி ... மயிர்த்துளைகள் ... உருப்பெருத்து ... செண்பகங்கள் திரும்பவும் வந்தேயாக வேண்டும் என்றே விரும்புகிறேன் ..!

"டுவிக் ... டுவிக் ..." சத்தம் கேட்டு வெளியே வந்து பார்க் கிறேன். சிட்டுக்குருவிகள் இரண்டு பக்க அறையின் யன்னலைச் சுற்றிப் பறப்பதும் திரும்பிப் போவதுமாக இருக்கின்றன. இவை அதே சிட்டுக்குருவிகள்தானோ?..

"கூக்கூக்கூ ..." எங்கையோ கிட்டவாக செண்பகங்கள் ஒலியெழுப்புகின்றன. இவையும் அதே செண்பகங்கள்தானோ?.. அப்படியானால் ..?

◎

நாய்கள் குரைக்கின்றன

நாய்கள் குரைக்கின்றன. பல சந்தர்ப்பங்களில் குரைக்கின்றன. பலவிதமாகக் குரைக்கின்றன. அவை பயமடைந்தால் குரைக்கின்றன. புணர்ச்சிக்கான நேரங்களில் தாம் வெற்றிபெறுவதற்காகக் குரைக்கின்றன. பெண் நாய்கள் தமக்குப் பிடிக்காத ஒரு கடுவன் தமது யோனிகளை மணப்பேற்றும் போது கோபமடைந்து பற்களைக்காட்டிக் கடுமையாகக் குரைக்கின்றன. பொதுவாக நாய்களின் குரைப்பு என்பது பல சந்தர்ப்பங்களில் நிகழலாம். "நாய்கள் நிறக்குருடுகள்" *(Dogs are colour blind)* பதின்ம வயதுகளில் பாடசாலைகளில் அறிவியல் பாடம் கற்பித்த கந்தையா மாஸ்ரர் திருப்பித் திருப்பிச் சொல்லிக்கொடுத்த வாசகம். இன்று எல்லாம் மறந்து போய் இந்த வாசகம் மட்டும் எச்சமாக நினைவில் ஒட்டிக்கொண்டிருக்கிறது. அவர் நாய்களைப் பற்றி எத்தனை பண்புகளைப் படிப்பித்தும் முதலில் ஞாபகம் வருவது "நாய்கள் நிறக்குருடுகள்" என்பதுதான். அதற்கான காரணம் "வரது" என்கிற வரதீஸ்வரன். அவன் கெட்டிக் காரனாகவும் மொக்கனாகவும் திகழ்ந்தவன் என்பது அப்போது எங்கள் வகுப்பில் நன்கறியப்பட்ட விடயம். அந்த விடயத்தை இப்போதும்கூட சரியா? தவறா எனத் திடமாகக் கூற முடியாதவனாக நான் இருக்கிறேன். அப்போது என்னோடு படித்த பெண் பிள்ளைகள் அனேகரின் முகங்கள் எனக்கு மறந்துபோய்விட்டன. ஆனால், அம்பாலிக்காவின் முகம் மட்டும் இன்னமும் மறந்து போகாமல் நினைவில் படிந்த நிழற்படமாக இருக்கிறது. காரணம் எங்கள் வகுப்பில் நாங்கள் பலர் தவ்வல் *(Child)*களாகவே இருந்தோம். எங்கள் வயது அப்போது பன்னிரண்டாக இருக்கலாம். ஏனென்றால்,

ஆங்கிலம் படிப்பித்த ஆறு கண, கந்தசாமி வாத்தியார் எங்களை அடிக்கடி கேட்கும் கேள்வியான *"How old are you?"* என்பதற்கு நான் உட்பட பலர் *"I am twelve years old"* என்று பாடமாக்கி பதிலளித்த ஞாபகம். நாங்கள் (ஆண், பெண் இருபாலாரும்) பொதுவாக வயதுக்கேற்ற வளர்ச்சியற்றவர் களாகவோ அல்லது வயதுக்கேற்ற வளர்ச்சியுடையவர்களாகவோ இருந்தோம். ஆனால் வயதுக்கு மீறிய வளர்ச்சியுடையவளாக அம்பாலிக்கா இருந்தாள்.

நாங்கள் தவ்வல்களாக மட்டுமல்ல பேய்க் குஞ்சுகளாக வும் இருந்தோம். அம்பாலிக்காவின் அங்க மாற்றங்கள் தொடர் பாக நிறைய சந்தேகம் கொண்டவர்களாக இருந்தோம். வரது எங்கள் சந்தேகங்களைத் தீர்த்துவைக்கக்கூடியவனாக இருந் தான். "அம்பாலிக்கா சாமத்தியப் பட்டுவிட்டாள். அதுதான் அவளுக்கு நெஞ்சு பெருத்திருக்குது" அவன் வார்த்தைகள் அவனுக்கு "விசயம் தெரிந்தவன்" என்ற அந்தஸ்தை எங்களால் கொடுக்கச் செய்தன. வரது அம்பாலிக்காவின் கவனத்தைத் தன்மீது திருப்பிவிட முயல்வான். அவன் அவ்விதம் முயன்ற போதிலும் தோற்றத்தில் எங்களைப் போல் தவ்வலாகவே இருந்தான்.

எங்கள் வகுப்பறை அழுக்கு நிறைந்தது. தரையில் அங்கங்கே பாளம் பாளமாக வெடிப்புகள். சுவர்களில் காகங்களின் எச்சங் கள் காய்ந்தும் காயாமலும் இதைவிடக் கூரைத்தீராந்திகளிலும் கோப்பியங்களிலும் வெள்ளை வெள்ளையாய் வடிந்து போயிருக் கும் காக எச்சங்கள் அருவெருப்பினை ஊட்டத்தக்கன. நாங்கள் அநேகமாக வெறுங்காலுடனே பாடசாலைக்குப் போவோம். அம்பாலிக்கா மாத்திரம் வெள்ளைச் சப்பாத்துகளுடன் வருவாள். வரது கறுத்தச் சப்பாத்துகளுடன் வருவான்.

கந்தையா மாஸ்ரரின் அறிவியல் வகுப்பு என்பது அந்தப் பாடவேளையின் ஒவ்வொரு கணமும் வயிற்றைக் கலக்கும் கணங்களாகவே கழியும். ஏனெனில் கந்தையா மாஸ்ரர் நாங்கள் அனைவரும் குதிரைகளாக இருக்க வேண்டுமென எதிர்பார்த் தார். குதிரைகளாக இருத்தல் என்றால் அவருடைய பாட வேளையில் பராக்குப் பார்த்தல் அறவே கூடாது என்பதாகும். அவருடைய பாடம் முடியும்வரைக்கும் சூழ்நிலையைக் கவனிக் காமல் பக்கத்தில் இருக்கும் சச்சியிடமோ பிரதீபனிடமோ எதுவும் கதைக்காமல் அவரையும் கரும்பலகையையும் வைத்த கண் வாங்காமல் பார்த்துக்கொண்டிருத்தல் வேண்டும். எங்க ளால் பெரும்பாலும் அவருடைய பாடவேளையில் குதிரை

களாக இருக்க முடிவதில்லை. குதிரைகளாக இருக்காத எவனும் அல்லது எவளும் அவருடைய கண்ணாடிபோட்ட கண்களுக்குச் சிக்காமல் இருக்க முடிவதில்லை. இந்த அடிப்படையிலே நான், சச்சி, பிரபன், கோபன், வரது என்று பலரும் அவரது மணிக்கூடு இல்லாத கையினாலோ வறுத்தலைக்கம்புகளாலோ விளாசப்பட்டிருக்கிறோம். நாங்கள் ஒருபோதும் வகுப்பில் கந்தையா மாஸ்ரர் சிரித்ததைக் கண்டதில்லை. அவர் ஒரு அயோக்கியன் *(Villain)* பாத்திரமேற்று நடிக்கப் பொருத்தமானவராக இருந்தார். இதனால் 'வரது' அவருக்கு 'செந்தாமரை' என்று பட்டம் வைத்தான்.

கந்தையா மாஸ்ரர் ஒருமுறை நாய்களின் பண்புகளை விபரிக்கும்படி கேட்டுக்கொண்டார். அன்றைய தினம் அவருடைய பாடம் இருபாட வேளைகளைக் கொண்டிருந்தது. இதனால் நான் வேணு, பிரபன், சச்சி, கோபன் ஆகிய எல்லோரும் வசமாக மாட்டிக்கொண்டோம்.

"வரிசையாக எல்லோரும் வந்து கரும்பலகைக்கு முன்னால் நிண்டு நீங்கள் எழுதின நாய்களின் பண்புகளை விபரிச்சுப் போட்டுப் போங்கோ" கந்தையா மாஸ்ரர் கருணையில்லாமல் இவ்விதம் சொன்னதாக அப்போது எங்களுக்குத் தோன்றிற்று. அவர் நாய்களின் பண்புகளைப் பற்றி முன்னரே படிப்பித்திருந்தார். ஆனால் விளக்கக் குறிப்புகள் எதனையும் தந்திருக்கவில்லை, அதனால் நாய்களைப் பற்றிச் சிந்தித்துப் புதிய பண்புகளையெல்லாம் புனையத் தொடங்கினோம்.

நாய்களின் பண்புகளை விபரிக்கும் முதலாவது பிரதிநிதியாக வரது எழுந்தான். நாங்கள் எல்லோரும் இன்னமும் பய உணர்வு நீங்காதவர்களாக அவன் விபரிப்பைக் கேட்கத் தயாரானோம். அவன் விபரிக்க ஆரம்பித்தான்.

"நாய்கள், பேய்கள், பிசாசுகள், இரத்தக் காட்டேரிகள், சுடலைமாடன், எறிமாடன், பூதங்கள், இன்னபிற துர்தேவதைகளைக் கண்களால் பார்த்தறியக்கூடியவை. இவற்றைத் தன் கண்களால் பார்த்தறியும்போதெல்லாம் அவை மோசமாகப் பயமடைகின்றன. அதன் காரணமாக அவை மோசமாகக் குரைக்கின்றன." வரது வாசித்து முடிக்கு முன்பே கந்தையா மாஸ்ரரின் கையில் இருந்த வறுத்தலைக்கம்பு அவனை விளாசத் தொடங்கியது. அவன் வேதனை தாங்காமல் நெளிந்தான். எங்களுக்கோ சிரிக்க முடியாத நிலை. நான் இத்தகையதொரு பண்பினைக் கொப்பியில் எழுதியிருக்கவில்லை.

"இதென்னடா அறிவிலி வகுப்போ? அறிவியல் வகுப்போ?" அவர் பலமாக உறுமினார். வரதுவுக்குப் பிறகு அவர் எவரையும் நாய்களின் பண்புகளை விபரிக்க கரும்பலகைக்கு முன்னால் வரும்படி பணிக்கவில்லை. மாறாக ஒவ்வொருத்தரினதும் கொப்பிகளை வாங்கிப் பார்க்க ஆரம்பித்தார். ஆண், பெண் பாகுபாடின்றிக் கைகளிலும் முதுகுகளிலும் வறுத்தலை விளாசல் நடந்தது. விளாசல் முடிந்த பிறகு "நான் கரும்பலகையில் எழுதுற பண்புகள் எல்லாத்தையும் எல்லோரும் உங்கட கொப்பியில் பத்துத்தரம் திருப்பித் திருப்பி எழுதி எனக்கு நாளைக்குக் காட்ட வேணும்." சரியான கோபத்தோடு குரலில் நடுக்கத்தைக் கலந்து கட்டளையிட்டார். அவர் முதலில் எழுதிய பண்பு "நாய்கள் நிறக்குருடுகள். அவை நிறங்களை வேறுபடுத்தி உணர முடியாதவை" அதன் பின்னர் எழுதிய பண்புகள் எல்லாம் மறந்துபோய்விட்டன.

தூரத்தில் நாய்கள் குரைக்கும் சத்தம் தெளிவாகக் கேட்கிறது. நாய்கள் பல காரணங்களுக்காகக் குரைக்கக்கூடியவை. இருள் செறிந்துபோயிருக்கும் இந்த நடு இரவு நேரத்தில் எதற்காகக் குரைக்கின்றன. ஒருவேளை அடையாளங் காண்பதற்காக ஆட்களை அழைத்துச் செல்ல பூதங்கள், பிசாசுகள் இரத்தக் காட்டேரிகள், சுடலைமாடன், எறிமாடன்கள் என விதவிதமான துர்தேவதைகள் வீதியெங்கும் உலாவரத் தொடங்கி விட்டனவோ . . ?

இவ்விதம் நிலக்கறையான்களில் கிரீச் . . . என்ற ஒலியும், சில்வண்டுகளின் ரீங் . . . ரீங்காரமும் நிறைந்த இருள் கவிந்து கொண்டிருக்கும் இரவுகளில் நாய்கள் குரைக்கின்றபோதெல்லாம் பூதங்களோ பிசாசுகளோ இரத்தக் காட்டேரிகளோ சுடலைமாடன், எறிமாடன் என்பனவோ உலா வந்திருக்கின்றன. அப்படியில்லை எனில், வரது எங்கே போனான்? அம்பாலிக்கா என்ன ஆனாள்? கோபன், பிரபன், சச்சி, இவர்கள் எல்லாம் எங்கே? இந்தத் துர்தேவதைகள் வந்து அழைக்கும்போது வரமுடியாது என்று சொல்லும் துணிவு எவருக்குமில்லை. இந்த இரவில் என்னைக்கூடத் துர்தேவதைகள் வந்து அழைக்கலாம். வந்து அழைத்தால் நான் கைகட்டிப் பின்செல்லக் கடமைப்பட்டுள்ளேன். என்னை என்ன செய்வது என்பதை அவைதான் கலந்து தீர்மானிக்கும்.

அவை என் கழுத்தை நெரிக்கலாம். இரத்தம் குடிக்கலாம். என் கைகால்களைப் படபடவென முறிக்கலாம். அடையாளம் தெரியாமல் மடக்கிப் புதைக்கலாம். என்னை என்ன செய்வ

தென்பதை அவைதான் கலந்து தீர்மானிக்கும். அவை எது செய்தாலும் நான் வாய் திறக்காமல் இருக்கக் கடமைப் பட்டுள்ளவன். ஏனெனில், அவை எங்களின் ஆக்கிரமிப்பு சக்திகள். தவிரவும் இந்தத் துர்தேவதைகளை விரட்டியடிக்கக் கூடியவர்கள் இல்லாமல் போய்விட்டனர். அதனால் இரவு நேரமெல்லாம் அவை கண்டபடி அலைந்து திரிந்து என் போன்றவர்களைப் பேய்விரட்டிகள் எனச் சந்தேகப்பட்டு அழைத்துச்செல்கின்றன. இவ்விதமே முதலில் வரது அடுத்து அம்பாலிக்கா பிறகு முகம் மறந்துபோன என் வகுப்புப் பெட்டை கள் தொடர்ந்து கோபன், பிரபன், சச்சி, வேணு ... என்று தொடர்ச்சியாய் இவர்களைப் ‘பேய்விரட்டிகள்’ எனச் சந்தேகப் பட்டு இந்தத் துர்தேவதைகள் அழைத்துச் சென்று அடையாளம் இல்லாமல் இப்போது நானும் இன்னும் சிலரும் மிஞ்சிப் போய் ... நாய்கள் குரைக்கின்றன. குரைப்பொலி மிக அண்மை யில் கேட்கிறது. ஒருவேளை அவை என்னையும் ‘பேய்விரட்டி’ என்று நினைத்து அழைத்துச்செல்ல வந்துவிட்டனவோ, அல்லது மிஞ்சியுள்ளவர்களை ..? யாரை அழைத்துச்செல்வதென்பதை யும் அவைதான் தீர்மானிக்கின்றன. தீர்மானிக்கின்றன. இந்த இறுதி வேளையிலும் பல நினைவுகள் சந்தேகங்களுடன், அழுக்கு நிறைந்த வகுப்பறை, பன்னிரண்டு வயதிலும் நானும் வரதுவும் கோபனும் பிரபனும் சச்சியும் வேணுவும் தவ்வல்களாகவே இருக்கிறோம். அம்பாலிக்கா மட்டும் அளவுக்கு மீறிய வளர்ச்சி யுள்ளவளாக இருக்கிறாள். கரும்பலகைக்கு முன்னால் கந்தையா மாஸ்ரர். அவர் இடக்கையில் மணிக்கூடு இல்லை. வலக்கையில் வறுத்தலைக்கம்பு இருக்கிறது. அவர் நாய்களின் பண்புகளைக் கரும்பலகைக்கு முன்னால் வந்து விபரித்துவிட்டுச் செல்லும் படி எங்களைப் பணிக்கிறார். வரது எழுந்து போய், நாய்களின் பண்புகளை விபரிக்க ஆரம்பிக்கிறான். “நாய்கள் குரைக் கின்றன. இவை துர்தேவதைகளைக் கண்ணுற்றபோதெல்லாம் மோசமாகக் குரைக்கின்றன.”

கந்தையா மாஸ்ரர் அவனை வறுத்தலைக் கம்பினால் விளாசுகிறார்.

அவர் ஏன் அவனை விளாச வேண்டும்?

அவன் விபரித்த நாய்களின் பண்பில் என்ன தவறு இருக்கின்றது?

நாய்கள் நிறக்குருடுகளாயின் பச்சை, மஞ்சள், நரைமஞ்சள், மண்ணிறம் இன்னும் பல்வேறு பயம் தரும் வர்ணங்களில்

உள்ள இத்தகைய துர்தேவதைகளையும் பூதங்களையும் எவ் விதம் இனங்கண்டுகொள்ள முடியும்?

என் கேள்விகளுக்குப் பதில் தருவதற்குக் கந்தையா மாஸ்ரரும் உயிரோடு இல்லை. நாய்கள் குரைக்கின்றன. அதுவும் என் வீட்டுப் படலையடியில் மோசமாகக் குரைக்கின்றன. நான் எதையும் சிந்திக்க முடியாதவனாய் இருக்கிறேன். மீண்டும் என் நினைவுத் திரையில் நிழற்படமாக வரது. அம்பாலிக்கா, என் வகுப்புக்கார முகம் மறந்துபோன பெட்டைகள், வேணு, பிரபன், சச்சி, கோபன்..!?

◎

* 9 7 8 9 3 8 0 2 4 0 4 5 9 *
FCW - #0190 - 061026 - C0 - 216/140/8 - PB - 9789380240459 - Matt Lamination

விட்டில் - சமகால அரசியல் பகுப்பாய்வு